ചന്ദ്രകാന്തം

chandrakantham
poems

•

n s sumesh krishnan

•

first edition
september 2019

•

typesetting
sreebhadra, thiruvananthapuram

•

published
chintha publishers, thiruvananthapuram

•

cover
vinod mangoes

വിതരണം

ദേശാഭിമാനി ബുക്ക് ഹൗസ്
H O തിരുവനന്തപുരം-695 035
phone: 0471-2303026, 6063026
www.chinthapublishers.com
chinthapublishers@gmail.com

ബ്രാഞ്ചുകൾ

ഹെഡ്ഡാഫീസ് ബ്രാഞ്ച് കുന്നുകുഴി • സ്റ്റാച്യു തിരുവനന്തപുരം • കെ എസ് ആർ ടി സി ബസ് സ്റ്റേഷൻ ആലപ്പുഴ • കെ എസ് ആർ ടി സി ബസ് സ്റ്റേഷൻ എറണാകുളം • ഐ ജി റോഡ് കോഴിക്കോട് • മാവൂർ റോഡ് കോഴിക്കോട് • എൻ ജി ഒ യൂണിയൻ ബിൽഡിങ് കണ്ണൂർ • സെൻട്രൽ ബസ് ടെർമിനൽ കോംപ്ലക്സ് താവക്കര കണ്ണൂർ

CO - 2850 / 5117
ISBN - 978-93-89410-12-9

ചന്ദ്രകാന്തം
(കവിത)

എൻ എസ് സുമേഷ് കൃഷ്ണൻ

ചിന്ത പബ്ലിഷേഴ്സ്
തിരുവനന്തപുരം-695 035

എൻ എസ് സുമേഷ് കൃഷ്ണൻ

തിരുവനന്തപുരം ജില്ലയിൽ നെയ്യാറ്റിൻകര താലൂക്കിലെ ആറാലുംമൂട്ടിൽ 1987 മെയ് 20 ന് ജനനം. പിതാവ് വി സുകുമാരൻ നായർ. മാതാവ് കെ നിർമ്മലാദേവി. മലയാള സാഹിത്യത്തിൽ എം എ, ബി എഡ്, എം ഫിൽ ബിരുദങ്ങൾ. ഇപ്പോൾ കേരള സർവ്വകലാശാലയിൽ ഗവേഷകൻ.

വിശ്വമലയാള മഹോത്സവം കവിതാ പുരസ്കാരം (2012), കൈരളി ടി വി മാമ്പഴം വിന്നർ അവാർഡ് (2012), കടത്തനാട്ട് മാധവിയമ്മ സ്മാരക കവിതാ അവാർഡ് (2013), മാതൃഭൂമി സ്റ്റഡി സർക്കിൾ സംസ്ഥാന കവിതാ അവാർഡ് (2013), പുനലൂർ ബാലൻ കവിതാ പുസ്തകം (2015), പ്രഥമ ഒ എൻ വി യുവസാഹിത്യ പുരസ്കാരം (2017), പ്രഥമ പള്ളത്ത് രാമൻ സ്മാരക കവിതാ പുരസ്കാരം (2017), വൈലോപ്പിള്ളി സ്മാരക കവിതാ പുരസ്കാരം (2017), എം എൻ കുറുപ്പ് സ്മാരക കവിതാ പുരസ്കാരം (2018), തോന്നയ്ക്കൽ ആശാൻ സ്മാരക ദേശീയ ഇൻസ്റ്റിറ്റ്യൂട്ടിന്റെ കുമാരകവി പുരസ്കാരം (2019) ഉൾപ്പെടെ പതിനഞ്ചോളം പുരസ്കാരങ്ങൾ ലഭിച്ചു. കേന്ദ്ര സാഹിത്യഅക്കാദമിയുടെ ക്ഷണം സ്വീകരിച്ച് 2018 ഡിസംബറിൽ ത്രിപുരയിലെ അഗർത്തലയിൽ നടന്ന ഭാരതീയ സാഹിത്യ സമ്മേളനത്തിൽ മലയാള ഭാഷയെ പ്രതിനിധീകരിച്ച് പങ്കെടുത്തു.

കൃതികൾ: *ഭാരതീയ ജീവിതദർശനം സി വി ശ്രീരാമന്റെ തെരഞ്ഞെടുത്ത ചെറുകഥകളിൽ, ഉൾക്കാഴ്ചയുടെ ഉള്ളറകൾ, ഓർമ്മയുടെ ഇതളുകൾ, രുദ്രാക്ഷരം* (കവിതാ സമാഹാരം)

വിലാസം : നിർമ്മലാ ഭവൻ
തലയൽ
ആറാലുംമൂട് പി ഒ
തിരുവനന്തപുരം – 695 123

ഫോൺ : 9544465542

ഉള്ളടക്കം

പ്രസാധകക്കുറിപ്പ്

അനുദിനം പരിണാമവിധേയമായിക്കൊണ്ടിരിക്കുന്ന മലയാള കവിതയിൽ അകൃത്രിമമായ രചനാശൈലിയിലൂടെ സ്വന്തമായൊരിടം നേടിയെടുക്കുവാൻ ശ്രമിക്കുന്ന യുവകവികളിൽ ശ്രദ്ധേയനാണ് എൻ എസ് സുമേഷ് കൃഷ്ണൻ. പാരമ്പര്യത്തിന്റെ ഭൂതകാലസ്മൃതികളെ ഉള്ളിൽ വഹിക്കുമ്പോഴും പുതിയ കാലത്തിന്റെ ഗതിവേഗങ്ങളെ തൊട്ടറിഞ്ഞ് സഞ്ചരിക്കുന്ന കവിതകൾ, വായനയുടെ വലിയൊരു ലോകത്തെയാണ് അനുവാചകനു മുമ്പിൽ അവതരിപ്പിക്കുന്നത്. പ്രാദേശികത്തനിമകളെയും സൗന്ദര്യ സങ്കല്പങ്ങളെയും നാട്ടുമൊഴികളെയും അതീവ ഹൃദ്യമായി വരച്ചിടുന്ന സുമേഷ് കൃഷ്ണന്റെ കവിതകൾ മലയാള കാവ്യലോകത്ത് ഇടം നേടുമെന്നു പ്രത്യാശിക്കാം.

ചിന്ത പബ്ലിഷേഴ്സ്

സമർപ്പണം

അക്ഷരത്തിന്റെ അണയാത്ത
അഗ്നി ആത്മാവിൽ കൊളുത്തിത്തന്ന
അമ്മയ്ക്കും അച്ഛനും അദ്ധ്യാപകർക്കും

മുഖമൊഴി

എന്റെ ജീവിതത്തിന്റെ നേരടയാളമാണ് എന്റെ കവിത. ഞാൻ നടന്ന വഴികളിലെ കല്ലുകളും മുള്ളുകളും പൂവുകളുമൊക്കെ എന്റെ കവിതയ്ക്ക് വിഷയീഭവിച്ചിട്ടുണ്ട്. അസ്വസ്ഥതകളിൽനിന്ന് എന്നെ നിത്യവിശ്രാന്തിയിലേക്ക് എടുത്തുയർത്തിയ വാക്കുകളാണ് എന്റെ ഏറ്റവും വലിയ കൂട്ടുകാർ. അണുവിലും അണ്ഡകടാഹത്തിലും നിറഞ്ഞിരിക്കുന്ന കവിത എന്ന സത്യത്തെ, സർഗ്ഗാത്ഭുതത്തെ പരിപൂർണ്ണമായി തിരിച്ചറിയാൻ ആർക്കുംതന്നെ സാദ്ധ്യമല്ലല്ലോ. വേദനകൊണ്ട് പുളയുമ്പോൾ നാം ഒട്ടും പ്രതീക്ഷിക്കാതെ ലഭിക്കുന്ന ഒരു തണുവിരൽ സ്പർശമായിട്ടാണ് കവിത എനിക്കെന്നും അനുഭവപ്പെട്ടിട്ടുള്ളത്. 'ഏറിയ ദുഃഖത്തിലും ജീവിതോല്ലാസത്തിന്റെ വേരുറപ്പിനെ'ക്കുറിച്ച് പാടാൻ വൈലോപ്പിള്ളിയെ പ്രേരിപ്പിച്ച അതേ കവിത എന്നിൽ ആറ്റൊഴുക്കുപോലെ നിറഞ്ഞു പതയുന്നു. *ചന്ദ്രകാന്തം* എന്ന ഈ സമാഹാരത്തെ നിങ്ങളുടെ മുന്നിൽ കൊണ്ടുവയ്ക്കുകയാണ്. നിങ്ങൾക്ക് നിങ്ങളുടേതായ സർവ്വസ്വാതന്ത്ര്യങ്ങളും ഈ കൃതിയുടെ പാരായണത്തിൽ ഉപയോഗിക്കാം. കവിത എഴുതി പ്രസിദ്ധീകരിക്കുന്നതിലൂടെ അതിന്റെ വ്യാഖ്യാനാവകാശം അനുവാചകർക്കു വന്നുചേരുമല്ലോ. ഈ പുസ്തകത്തിന് ഒരു അവതാരിക എഴുതിത്തന്ന് എന്നെ അനുഗ്രഹിച്ച പ്രൊഫ. എം കെ സാനുമാഷിനോടും പഠനം എഴുതിയ ഡോ. എസ് ശ്രീദേവി ടീച്ചറിനോടും നന്ദി പറയുന്നത് നന്ദികേടാണ്. അവരിരുവരും എനിക്ക് എന്നെന്നും ആരാദ്ധ്യരാണ്. ഈ പുസ്തകത്തിന്റെ പിറവിയിൽ എല്ലാ കാര്യങ്ങൾക്കും എന്നോടൊപ്പം നിന്ന എന്റെ മാതാപിതാക്കൾ, എന്റെ സഹോദരൻ എന്നിവർക്കും വിശേഷിച്ച് നന്ദി പറയുന്നത് ഉചിതമല്ല.

*ചന്ദ്രകാന്ത*ത്തിലെ പല കവിതകളും രചിച്ച ഉടനെതന്നെ അതുവായിച്ച് അഭിപ്രായം പറഞ്ഞിരുന്ന സമാരാധ്യരായ അഡ്വ. എം എസ് സുരേഷ് കുമാർ, ശ്രീമതി. എസ് സരസ്വതി എന്നിവരോടുള്ള നന്ദി ഹൃദയത്തിൽ സൂക്ഷിക്കുന്നു. *ചന്ദ്രകാന്ത*ത്തെ ഇരുകൈകളാലും ഏറ്റുവാങ്ങി വെളിച്ചം കാണിച്ച ചിന്ത പബ്ലിഷേഴ്സിനോട് നന്ദിയും കടപ്പാടും രേഖപ്പെടുത്തുന്നു.

എൻ എസ് സുമേഷ് കൃഷ്ണൻ

സംഗീതത്തിന്റെ മാധുര്യവും കാവ്യത്തിന്റെ അർത്ഥഭംഗിയും

എം കെ സാനു

വയലാറിന്റെ കവിത ആലപിക്കുന്ന കുട്ടിയായിട്ടാണ് സുമേഷ് കൃഷ്ണനെ ആദ്യം ഞാൻ കാണുന്നത്. ചൊല്ലുന്നരീതി അത്യധികം ഹൃദയാവർജ്ജകമായിരുന്നു. സംഗീതത്തിന്റെ മാധുര്യവും കാവ്യത്തിന്റെ അർത്ഥഭംഗിയും നാടകീയതയും അതിൽ സമ്മേളിച്ചിരുന്നു. അതിൽ നിന്നും എനിക്ക് രണ്ടു കാര്യങ്ങൾ മനസ്സിലായി. ഒന്ന്, അദ്ദേഹത്തിന്റെ ഭാവയിത്രിയായ പ്രതിഭ തുലോം മികച്ചതാണ്. രണ്ടാമത്തേത്, സർഗ്ഗാത്മകത അദ്ദേഹത്തിൽ നിലീനമായിരിക്കുന്നു എന്നത്.

എന്റെ ഊഹം തെറ്റായിരുന്നില്ല. സുമേഷിന്റെ കവിതകളിൽ ചിലതിലൂടെ കടന്നുപോയപ്പോൾ സർഗ്ഗാത്മകതയുടെ വശ്യതയാണ് ആദ്യമായി എനിക്കനുഭവപ്പെട്ടത്. അപ്രകാരമൊരു ഗുണമില്ലെങ്കിൽ, ധാരാളം ഇഷ്ടാനിഷ്ടങ്ങളുള്ള എനിക്ക്, ഒരു കവിതയുമായും അലിഞ്ഞുചേരാൻ പറ്റുകയില്ല.

ഈ അസദൃശമായ വശ്യതയ്ക്ക് നിദാനം എന്തായിരിക്കാം? അദ്ദേഹത്തിന്റെ അകൃത്രിമമായ രചനാശൈലിയിലാണ് അതിന്റെ ഉത്തരം ഞാൻ കാണുന്നത്. കവിതയിൽ രചനാശൈലി എന്നത് ശബ്ദാർത്ഥങ്ങളുടെ രസോദ്ദീപകമായ സംയോഗം മാത്രമല്ല. പരമ്പരാഗതമായി ഒരു ദേശത്ത് നിലനിന്നുപോരുന്ന താളലയ ബോധങ്ങൾ അതിന്റെ അവിഭാജ്യ ഘടകമാണ്. അതുകൊണ്ട്, സുമേഷിന്റെ ഒരു കവിതയും വായിച്ചു തീർക്കാതെ മാറ്റിവയ്ക്കാൻ നിങ്ങൾക്കാവുകയില്ല. വായിച്ചുതീർക്കുമ്പോഴോ? അതിന്റെ അനുഭൂതി രസം നിങ്ങളെ പിന്തുടർന്നുകൊണ്ടിരിക്കുകയും ചെയ്യും. മറ്റൊരുതരത്തിൽ പറഞ്ഞാൽ, ആവർത്തിച്ചു വായിക്കാൻ പ്രേരിപ്പിക്കുന്നു എന്ന ഗുണം സുമേഷിന്റെ കവിതകളെയെല്ലാം

ചൂഴ്ന്നു നില്ക്കുന്നു എന്നർത്ഥം. ശബ്ദാർത്ഥങ്ങൾക്കതീതമായി അർത്ഥ ചാരുതയുടെ ഈണം നിങ്ങൾ അനുഭവിച്ചുകൊണ്ടിരിക്കുകയും ചെയ്യുന്നു.

വല്ലാത്തൊരു കാലഘട്ടത്തിലാണ് നാം ഇന്നു ജീവിക്കുന്നത്. ഛിദ്ര വാസനകൾ മനുഷ്യരെ പരസ്പരം അകറ്റുന്നു. അരോചകമായ രംഗങ്ങൾ പൊതുജീവിതത്തെ വികൃതമാക്കുന്നു. യുവാക്കളെ ഏകാകികളും സിനി ക്കുകളുമാക്കിത്തീർക്കുന്ന ഒരു സാഹചര്യം. അതുകൊണ്ട് യുവ കവിക ളിൽ പലരിലും ജീവിതത്തിന്റെ നേർക്കുള്ള പരിഹാസവും മടുപ്പും ഒരു രോഗം പോലെ ബാധിച്ചിരിക്കുന്നത് നാം കാണുന്നു. കവിതകളിൽ അത് ആവിഷ്കരിക്കാൻ അവർ മടിക്കുന്നുമില്ല. അവർക്കിടയിൽ സുമേഷ് കൃഷ്ണൻ വ്യത്യസ്തനായി നിലകൊള്ളുന്നു. അദ്ദേഹം മനുഷ്യസമൂഹ ത്തിന്റെ ഒരുഭാഗമാണ്. അതിനാൽ, അദ്ദേഹം ജീവിതത്തെ സ്നേഹി ക്കുന്നു. മനുഷ്യജന്മത്തിന്റെ അടിസ്ഥാനഭാവമായ ദുഃഖം സുമേഷ് അറി യാതിരിക്കുന്നില്ല. അതനുഭവിക്കുന്നതിന്റെ സൂചനകൾ അദ്ദേഹത്തിന്റെ കവിതകളിൽനിന്നു നമുക്കു ലഭിക്കുകയും ചെയ്യുന്നു. എന്നാൽ ആ ദുഃഖം മറന്നുകൊണ്ട് ജീവിതത്തിന്റെ മഹനീയവശങ്ങൾ ദർശിക്കാൻ കഴിയുന്ന ആത്മീയബലം അദ്ദേഹത്തിന്റെ രചനകളെ പ്രസാദാത്മകമാക്കിത്തീർ ക്കുന്നു.

സുമേഷിന് ഇപ്രകാരം ആത്മീയബലം നേടിയെടുക്കാൻ സഹായ കമായത് സ്വന്തം പൈതൃകത്തിന്റെ നേർക്ക് അദ്ദേഹത്തിനുള്ള സുദൃഢ മായ ആദരവാണ്. ആ പൈതൃകത്തിന്റെ മഹനീയവും മനോഹരവുമായ വർണ്ണങ്ങൾ രചനാശൈലിയിലെന്നപോലെ ഭാവമേഖലയിലും അനുവാ ചകർക്ക് അനുഭവപ്പെടുന്നു. സമകാലികരായ കവിപ്രതിഭകളുടെ വൈശി ഷ്ഠ്യവും സവിശേഷതകളും കണ്ടറിഞ്ഞ് ആദരിക്കുന്ന ഹൃദയവിശാല തയും അദ്ദേഹത്തിന്റെ സ്വഭാവഘടനയുടെ ഭാഗമാണ്. ആദ്യകവിതയിൽ തന്നെ ഏഴാച്ചേരി എന്ന കവിയും അദ്ദേഹത്തിന്റെ കവിതകളുമാണ് പ്രകീർത്തിതമാകുന്നത്. ശ്രീകുമാരൻതമ്പി, പുതുശ്ശേരി രാമചന്ദ്രൻ, വി മധുസൂദനൻ നായർ, ഒ എൻ വി മുതലായ സമകാലിക കവികളുടെ വ്യക്തിത്വ സവിശേഷതകൾ വേർതിരിച്ചറിഞ്ഞ് ശ്ലാഘിക്കാൻ സുമേഷ് ഉന്മേഷം കാട്ടുന്നു.

ഇപ്രകാരം എവിടെ നല്ലതുണ്ടോ, അവിടെ താനുണ്ട് എന്നൊരു മനോ ഭാവം ഈ സമാഹാരത്തിലെ കവിതകളിലെ വൈവിദ്ധ്യ വൈചിത്ര്യങ്ങ ളിൽ പൊതുസ്വഭാവമായി കലർന്നിരിക്കുന്നു; പൂവിൽ സൗരഭ്യമെന്ന പോലെ.

അപ്പോഴും സ്വന്തം വ്യക്തിത്വം രചനയിൽ അദ്ദേഹം പുലർത്തുക തന്നെ ചെയ്യുന്നു. അതൊരു കാവ്യാദർശം എന്ന നിലയ്ക്ക് ബോധപൂർവ്വം പുലർത്തുന്നതാണെന്ന് എനിക്ക് തോന്നി. അങ്ങനെ തോന്നാൻ കാരണം 'ഒറ്റയ്ക്ക് നടക്കുന്ന കവിത' എന്ന കവിത തന്നെയാണ്. അതിൽ വൈലോ പ്പിള്ളിയും വയലാറും ഇടശ്ശേരിയും കക്കാടും പരാമൃഷ്ടമാകാതിരിക്കു ന്നില്ല. അപ്പോഴും ഒറ്റയ്ക്കു നടക്കുമ്പോഴാണ് ചവിട്ടുന്ന കല്ലുകൾ പൂക്ക

ളാകുന്നതും, തൊടുന്ന ചെടികൾ ദേവദാരുക്കളാകുന്നതും. ആ കവിതയുടെ നിഗമനം ചുവടെ ഉദ്ധരിക്കുന്നു.

"എല്ലാരിലും ഞാനും
എന്നിലെല്ലാരും ഉണ്ടെന്നു തോന്നും
ഒറ്റയ്ക്ക് ഏതിരുട്ടത്തും
ഏതു കുറ്റാക്കൂരിരുട്ടത്തും
പേടിയില്ലാതെ നടക്കുന്ന ഹൃദയമാണ്
(നല്ല) കവിത."

അത്യന്തം ബലിഷ്ഠമായ ഈ കാവ്യാദർശനത്തിലൂന്നി രചനാവീഥിയിൽ സഞ്ചരിക്കുന്ന സുമേഷിൽനിന്ന് ധാരാളം വിശിഷ്ട സംഭാവനകൾ ഭാവിയിൽ കൈരളിക്ക് ലഭിക്കുമെന്ന ശുഭാപ്തി വിശ്വാസത്തോടുകൂടിയാണ് ചന്ദ്രകാന്തം സഹൃദയരുടെ മുമ്പാകെ ഞാൻ വിനയപൂർവ്വം അവതരിപ്പിക്കുന്നത്.

നീലിയോട്

ഏഴാച്ചേരിക്കവിതകൾ വിടരും കാവല്ലൂർക്കാവിൽ[1]
നീരാടിപ്പൂമുടിയിഴവിതറിപ്പോകും പെണ്ണാളേ
നീലി[2]പ്പെണ്ണേ നിന്നുടെ നായകനവനെക്കാണാനോ
നീയീചന്ദനവാതിൽ തുറന്നു മനസ്സിൽ[3]ക്കയറുന്നു
കരളിൻകനലാഴിയിലവനാടിത്തിമിർത്തുകാവടികൾ[4]
കുടലിൻതന്തിമുറുക്കിമുറുക്കിത്തെറുത്തുഗീതികകൾ
അഴലിൻചാവുനിലങ്ങളിലെല്ലാം ചോരക്കൊടികളുമായ്
കഴലൂന്നി കവിയായി നാടിൻപടഹധ്വനിയായി.

പാലായുടെ പാൽക്കവിതകുടിച്ചുവളർന്നവനെന്നാലും
ആലപ്പുഴയുടെ ചൊരിമണൽ ചോറായ്തീർത്തവനാണല്ലോ[5]
കായാമ്പൂമിഴിയാളാം രാധയെയറിയാമെന്നാലും
കയ്യൂരെക്കരിവെള്ളൂരെക്കഥപാടുന്നവനല്ലോ
പാല്ക്കാരിപ്പെണ്ണാമൊരു പാർവതി കൈനീട്ടുമ്പോഴും
പാടത്തിൻമാർത്തട്ടിലുഴയ്ക്കും പെണ്ണിന്നുയിരേകി
ആട്ടങ്ങൾക്കൊരരങ്ങില്ലാതെയലഞ്ഞ കിനാക്കൾ[6]ക്കീ-
നാട്ടിൽപുത്തൻവേദികയുണ്ടായ്; നീ തലമൂപ്പനുമായ്

---

1. തിരുവനന്തപുരത്ത് വട്ടിയൂർക്കാവിനടുത്ത് കവി താമസിക്കുന്ന സ്ഥലം.
2. കവിയുടെ പ്രശസ്തമായ കവിത 'നീലി'.
3. കവിയുടെ വീട്ടുപേര്.
4. 'കാവടിച്ചിന്ത്' എന്ന കൃതി.
5. ആലപ്പുഴയിൽ ദേശാഭിമാനി ലേഖകനായി ജോലിയിൽ പ്രവേശിച്ചു.
6. തങ്ങളുടെ രചനകൾ പ്രസിദ്ധീകരിക്കാൻ മാർഗ്ഗമില്ലാതിരുന്ന യുവതലമുറയ്ക്ക് ദേശാഭിമാനി വാരാന്തപ്പതിപ്പിന്റെ എഡിറ്ററെന്ന നിലയിൽ അവസരങ്ങൾ നല്കി അവരെ പ്രോത്സാഹിപ്പിച്ചു.

ഒടുവിൽ നിന്റെ കിരീടം തട്ടിപ്പൂഴിയിലിട്ടിട്ടും
നടുവിൽ വെട്ടേറ്റൊരുതരുവായ് നീ കണ്ണീർ വാർത്തീലാ
അതു താൻ നിന്റെ മഹത്ത്വം സർഗ്ഗാത്മകാം വീഥിയിലൂ-
ടതിവേഗം രഥമേറിലസിച്ചുചരിപ്പൂ ശ്രീരാമൻ

പിറകേവന്നൊരിളംനാമ്പുകളെ മുറുകെപ്പുണരുന്നു
അറിവിൻ നെയ്ത്തിരിയോരോ കരളിലുമങ്ങുകൊളുത്തുന്നു
കരയും ദുരിതത്തിന്റെ കിടാങ്ങളെ മടിയിൽവയ്ക്കുന്നു
ചിരിചാലിച്ച നിലാച്ചോറൂട്ടിപ്പാടിയുറക്കുന്നു.
നീലീ നിന്നുടെ നായകനിന്നൊരു കേവലനല്ലാ കേൾ
നാളത്തെത്തുടുതലമുറയുടെ നാവായ മഹാത്മാവാം
തെക്കൻകാറ്റുമുടുത്തുവരുന്നൊരു കരിനീലിപ്പെണ്ണേ
'തിക്കുംപൊക്കും' നോക്കണ്ടാ കിട്ടൂലാ പെരുമാളെ.

സ്നേഹസൗഭഗം

വാക്കുപൂക്കുന്നൊരീ വഴിത്താരയിൽ
ഓർത്തുപോയി ഞാനെൻ നഷ്ടയൗവനം
ആർത്തിരമ്പും കടൽക്കരെ പൂങ്കിനാ-
ച്ചാർത്തണിഞ്ഞിരുന്നോരെന്റെ ജീവിതം.

എത്രരാത്രികളീമണൽശയ്യയിൽ
ചിത്രവർണ്ണം വിടർത്തിയിരുന്നതും
കൂട്ടുകാരിയോടൊപ്പമെൻ വാഴ്വിന്റെ
നേർത്ത പട്ടുനൂൽപ്പാട്ടുകൾ നെയ്തതും

ഒറ്റനക്ഷത്രവെട്ടത്തിലന്നവൾ
വച്ചുനീട്ടിയ സ്നേഹം കുടിച്ചതും
ആയിരം തിരമാലക്കൊലുസ്സിട്ടൊ-
രാതിരനിലാപെണ്ണൊത്തലഞ്ഞതും.

ജീവിതത്തിന്റെ ഖേദസംഗീതകം
നോവലിഞ്ഞമൃതാർദ്രമാകുന്നതും
നീ തൊടുമ്പോൾ മരവിച്ചിരുന്നൊരെൻ
നാഡികൾക്കുള്ളിലഗ്നിനൃത്തം പ്രിയേ

എത്ര വേഗം നടന്നെത്തി നാം ഭ്രമ-
ചിത്രശാലതന്നേകാന്ത വീഥിയിൽ

നഗ്നകാമനാസ്വപ്നങ്ങൾവന്നിതാ
നൃത്തമാടിക്കയാണിന്നു നമ്മളെ

ഒത്തുചേർന്നലിഞ്ഞില്ലാതെയാകവേ
വ്യർത്ഥമാകുന്നുവോ സ്നേഹസൗഭഗം
സ്വർഗ്ഗലോകത്തിലേക്കു പറക്കുമെൻ
നിത്യതേനിനക്കെൻ കാവ്യചുംബനം.

ഒറ്റയ്ക്കുനടക്കുന്ന കവിത

ഒറ്റയ്ക്കുനടക്കുമ്പോൾ ഉള്ളിന്റെയുള്ളിൽ
ഒരാൾക്കൂട്ടം
ഇരമ്പിയാർക്കുംപോലെ.
നാവിൻതുമ്പിൽ നേരിന്റെ
നാരായമുനയാൽ
ആരോകോറിവരയ്ക്കുംപോലെ.
വയലാറും ഇടശ്ശേരിയും
വൈലോപ്പിള്ളിയും
കക്കാടും കൂട്ടുവരുംപോലെ.
ഒറ്റയ്ക്കുനടക്കുമ്പോൾ
ചവിട്ടുന്ന കല്ലുകളൊക്കെ
പൂക്കളാകും.
തൊടുന്ന ചെടികളൊക്കെ
ദേവദാരുക്കളാകും.
ഒക്കെയും എന്റെ സ്വന്തക്കാരാണെന്നു തോന്നും.
എല്ലാരിലും ഞാനും
എന്നിലെല്ലാരും ഉണ്ടെന്നുതോന്നും.
ഒറ്റയ്ക്ക് ഏതിരുട്ടത്തും
ഏതുകുറ്റാക്കൂരിരുട്ടത്തും
പേടിയില്ലാതെ നടക്കുന്ന ഹൃദയമാണ്
(നല്ല) കവിത.

കണ്ണീരാറ്

ഒഴുകുന്നിതിപ്പൊഴും നെയ്യാർ, എന്റെ
മൊഴികളിൽ സംഗീതമായി.
നിറയുന്നുനിത്യവും നെയ്യാർ, എന്റെ-
സിരകളിൽ ജീവജതിയായി.
ഹൃദയം തകർന്നുകേഴുന്നൂ, മണ്ണി-
ലുയിരാർന്നകദനനോവായി.
വിലയിക്കയാണവൾ നിത്യം ക്രൂര-
വിധിയുടെ മഹാസമുദ്രത്തിൽ.
ചിരിവെന്തബാലയെപ്പോലെ; കനൽ-
മഴയേറ്റകന്യയെപ്പോലെ; സ്വയം-
മരണത്തെ വേൾക്കാനൊരുങ്ങും നാട്ടു-
യുവതിപോൽ; പൊട്ടിയകുടംപോൽ;
ഉഴറുന്ന കുഷ്ഠരോഗിണിപോൽ; മണ്ണി-
ലിഴയുന്ന ഭ്രഷ്ടയെപ്പോലെ;
ഞൊണ്ടും കിടാങ്ങളോടൊപ്പം ഭിക്ഷ-
തെണ്ടുന്ന ഭ്രാന്തിയെപ്പോലെ.
എന്റെ കണ്ണുകളിലൂടെന്നും നിന്റെ-
പ്രാണനിണമിറ്റു വീഴുന്നു
ചങ്കിന്റെയുള്ളിൽ നിന്നെന്നും നിന്റെ-
സങ്കടച്ചിന്തു പൊന്തുന്നു
പാലൂട്ടി നീ പണ്ടുപാലിച്ചോരു
ബാലകർ രാക്ഷസന്മാരായ്
അവരൊത്തുകൂടി നിൻ ചോരയ്ക്കിന്നു

വിലയിട്ടിരിക്കയാണമ്മേ
ഏറ്റവും മുന്തിയനിരക്കിൽ, ലോറി-
യേറ്റിയയ്ക്കുമേ നിന്നെ
അതിലേറെ വേദനിക്കുന്നൂ മമ-
ഹൃദയമതിനാലിതുകുറിപ്പൂ
ഒരുവേള നീ ശപിച്ചീടിൽ, ചുട്ട-
മരുഭൂമിയാകും പ്രപഞ്ചം.

കഷ്ടജാതകം

ഒറ്റവാക്കിലൊതുക്കുന്നതെങ്ങനെ
അറ്റമില്ലാത്ത മാനവ വാഴ്‌വിനെ
തെറ്റുമാറ്റായ്മുറിക്കുന്നതെങ്ങനെ
ഉറ്റബന്ധുക്കളായ ദുഃഖങ്ങളെ
(അത്തലമ്പുതറയ്ക്കുന്ന നേരത്തു
ചത്തുവീഴുന്നിതെന്റെ കിനാവുകൾ)
നോക്കിനാൽ കുത്തിനോവിപ്പതെങ്ങനെ
വാക്കുപാലിച്ചുവന്നൊരെൻ പെണ്ണിനെ
ചായ്പിലാക്കിയടയ്ക്കുന്നതെങ്ങനെ
വായ്പവാങ്ങി പഠിപ്പിച്ചൊരച്ഛനെ
പെട്ടകത്തിലൊഴുക്കുവതെങ്ങനെ
പാട്ടുപാടിയുറക്കിയ പൈതലെ
ചുട്ടലാവകുടിപ്പിപ്പതെങ്ങനെ
ഇറ്റുവെള്ളമിരക്കുമെന്നമ്മയെ
എന്നിലെന്നുമെന്നെക്കാളുണർന്നിരി-
ക്കുന്ന വാത്സല്യദേവതയാണവൾ
എന്റെ ചങ്കിലെനിക്കായ്മിടിക്കുന്ന
ചെമ്പടക്കടും തീത്താളമാണവൾ.
നീൾഞരമ്പിലൂടെൻനിലനില്പിനായ്
നിദ്രയില്ലാതെയോടുന്നൊരൻപവൾ
രാവിലെന്നെത്തഴുകുന്നകാറ്റവൾ
രാക്കുയിൽചുരത്തും രാഗമാണവൾ
ചൂലെടുത്തു ശീലിച്ചൊരാകൈയിനാൽ

തൂലികയെടുത്തെൻ നേർക്കുനീട്ടിയോൾ
കഷ്ടജാതകം പേറുമെൻ ജീവിത-
വൃഷ്ടിയിൽകുടചൂടിത്തരുന്നവൾ
അക്ഷരങ്ങളെൻ നാവിലും നെഞ്ചിലും
രക്ഷതൻമുദ്രയായ് വരച്ചിട്ടവൾ
കുറ്റിരുട്ടത്തു വെട്ടമായ്പ്പൂക്കുവോൾ
അറ്റുപോകാത്ത സത്യമായ് കായ്ക്കുവോൾ
അമ്മ! നീയെന്റെ സപ്തേന്ദ്രിയങ്ങളിൽ
നന്മപാകിവളർത്തിയ ദേവത

എന്തുനല്കേണ്ടു ഞാൻ

'എന്തുനല്കേണ്ടതെന്നുണ്ണികൾക്കാ'യെന്നു
ചിന്തിച്ചിരിക്കുന്ന നേരം
വാക്കുകളൊന്നും വരുന്നീലയോർമ്മതൻ
നീർക്കുമിളയ്ക്കുള്ളിൽനിന്നും
എന്തുനല്കേണ്ടുഞാനെന്നൊരാലോചന
അന്തരാത്മാവിൽതുടിക്കേ
ഉള്ളിന്റെയുള്ളുതുള്ളിക്കളിച്ചോതുന്നു
കള്ളമില്ലാക്കഥ നല്കൂ
ജീവിതമേകിയ സ്വപ്നഹംസത്തിന്റെ
തൂവലിലെ സ്വർണ്ണമേകൂ
മാവിന്റെ കൈകൾ നിനക്കായി നീട്ടിയ
തേൻകുടമെല്ലാം കൊടുക്കൂ
തോട്ടുവക്കിൽകാറ്റിലാടുന്നകൈതതൻ
നാട്ടുതോറ്റങ്ങൾകൊടുക്കൂ.
രാവിൻ നിഗൂഢരഹസ്യങ്ങളിൽ പൂത്ത
പൂവുകളൊക്കെക്കൊടുക്കൂ
പന്തങ്ങൾ നീട്ടിനില്ക്കുന്ന മുക്കുറ്റിതൻ
ചന്തങ്ങളെല്ലാം കൊടുക്കൂ
കാറ്റിൽമുളങ്കൂട്ടമേറ്റുപാടീടുന്ന
ചാറ്റുപാട്ടീണം കൊടുക്കൂ
നേർത്തനിലാവുനിൻനേർക്കുനീട്ടുന്നൊരീ
കാർത്തികദീപം കൊടുക്കൂ
അസ്തമിക്കാത്തതാം സൂര്യനെ നല്കിയ

പുസ്തകശാല കൊടുക്കൂ.
നിന്നിൽ മൊട്ടിട്ടു വിടർന്ന സംസ്കാരവും
നിന്നെയുമവർക്ക് കൊടുക്കൂ.
മാനസമെന്നോടു ചൊന്നതുചെയ്യുവാൻ
ഞാനമാന്തിക്കുന്നതില്ല
ആനന്ദഗീതമുതിർക്കുന്നുനെഞ്ചകം
തേനൂറിടുന്നു കിനാവിൽ.

ഓർമ്മയുടെ ക്ലാസ്മുറി

ഓർമ്മയിൽ പൂത്തുലഞ്ഞീടുന്നിതിപ്പൊഴും
ആദ്യ വിദ്യാലയ കാലം
മുറ്റത്തെ മാവിൻചുവട്ടിലെൻ ജീവിതം
മൊട്ടിട്ട സുന്ദരകാലം
ചോക്കിൻ വെളുപ്പിലും ബോർഡിൻ കറുപ്പിലും
ലോകം വിടർന്നോരു കാലം
നിത്യ ദാരിദ്ര്യം തളംകെട്ടി നിന്നൊരെൻ
കൊച്ചുമൺകൂരതന്നുള്ളിൽ
രാമഴ പെയ്കെ കരഞ്ഞുതളർന്നൊരെൻ
രോഗക്കിനാക്കളോടൊപ്പം
പുസ്തകക്കുഞ്ഞുങ്ങളൊട്ടും നനയാതെ
ഭദ്രമായ് വച്ചോരു കാലം
അദ്ധ്യാപകർ തൻ അനുഗ്രഹാശിസ്സുകൾ
അക്ഷരവാതിൽ തുറന്നു
നഷ്ടസൗഭാഗ്യങ്ങളൊക്കെയുമെൻ കാവ്യ-
ചിത്തച്ചിലങ്കയിൽ കോർത്തു
ഒറ്റയ്ക്കൊരിക്കൽ മഹാമൗനപർവ്വത-
നെറ്റിയിൽ കുറ്റിപോൽ നില്ക്കെ
ഉള്ളിന്റെയുള്ളിൽ നിന്നാരോ മധുരമായ്
ചൊല്ലുന്നതീവിധം മെല്ലെ

**ഇന്നത്തെയിക്കനൽക്കാലത്തിൽ നിന്നു നീ
പൊന്നുരുക്കീടുകെന്നുണ്ണീ
സർഗ്ഗസാരസ്വതപ്പൂക്കൾ ചിരിക്കുന്ന
സ്വർഗ്ഗം വിടർത്തുകെന്നുണ്ണീ
അറിവിന്റെ ആകാശമൗലിയിൽ പൂക്കുന്ന
നിറതിങ്കളാകുകെന്നുണ്ണീ.**

നോട്ടപ്പിശക്

അടഞ്ഞ കിളിവാതിലിന്റെ
ചില്ലുപൊട്ടിക്കാൻ
പാടുപെടുമ്പോൾ
ഒന്നുശ്രദ്ധിച്ചു നോക്കണം
വലിയ പൂമുഖവാതിൽ
തുറന്നു മലർന്നുകിടക്കുന്നതുകാണാം.
ഒഴിഞ്ഞ സ്ഫടികപാത്രങ്ങൾ നോക്കി
വിളമ്പുകാരനെ പഴിപറയുന്ന
വലിയ യജമാനന്മാർ
നിറയെവിളമ്പി നാക്കിലയിലൊരുക്കിയ
സ്നേഹത്തിന്റെ അന്നം കാണുകയില്ല.
ഉപേക്ഷിക്കപ്പെടുന്ന ജീവിതങ്ങളെപ്പറ്റി
ഫീച്ചറെഴുതാനിരിക്കുമ്പോൾ പുറത്തേക്ക് നോക്കണം
പടിക്കെട്ടിറങ്ങി എന്നേയ്ക്കുമായി
വീടൊഴിഞ്ഞുപോകുന്ന
സ്വന്തം മാതാപിതാക്കളുടെ കണ്ണീർവീണ്
ആ കണ്ണീരാറുകവിഞ്ഞൊഴുകി
വീട് അതിൽ മുങ്ങിത്താഴുന്നതുകാണാം.
കണ്ണ് മുഖത്തിരിക്കുന്നത് കരിയെഴുതാനോ
കണ്ണടവയ്ച്ച് അലങ്കരിക്കാനോ അല്ല
നോക്കാനും കാണാനും
നോക്കിക്കാണാനുമാണ്.

പിണക്കം

അച്ഛനെന്നോടു പിണങ്ങിയനാൾ മുതൽ
ഒക്കെയും നഷ്ടപ്പെടുന്നപോലെ.
അച്ഛനലക്കിമടക്കിത്തരാറുള്ള
ജുബ്ബകളൊട്ടുമിണങ്ങുന്നില
ഇസ്തിരിയിട്ടച്ഛനെൻ നേർക്കുനീട്ടിയ
ഷർട്ടുകളെന്നോടുമിണ്ടുന്നില്ല.
ഓണത്തിനച്ഛനെനിക്കു വാങ്ങിത്തന്ന
കാലുറപാകമാകുന്നുമില്ല.
അച്ഛന്റെ കയ്യുകൾ നട്ടുനനച്ച തേൻ-
മാവുതങ്കക്കനിനീട്ടിയില്ല.
വാഴകളെന്നെത്തലോടീലിലകളാൽ
പൂഴിമണ്ണട്ടമുഖം തിരിച്ചു.
വീട്ടിലെ പൂച്ചയ്ക്കുമുണ്ടുമാറ്റം, ചായ-
നീട്ടവേ സ്നേഹാർദ്ര 'മാവ്യൂ'വില്ല
ഊഴിതന്നാത്മാവിൽ നിന്നുമെന്നെന്നുമുൾ-
പ്രേമം തരും കിണർ നോക്കിയില്ല.
ക്ലോക്കു പെട്ടെന്നു നിശ്ശബ്ദയായ്, വീട്ടിലെ
ഫ്ളൂറസന്റ് ലാമ്പിന്നു സ്ട്രോക്കുവന്നു.
അച്ഛനെന്നോടു പിണങ്ങിയെന്നുള്ളതീ
കച്ചറക്കൂട്ടം തിരിച്ചറിഞ്ഞു.

അച്ഛനെയെന്നെക്കാൾ സ്നേഹിക്കുവാനിവയ്-
ക്കൊക്കെയീസ്വാതന്ത്ര്യമാരു നല്കീ.
ഇന്നു പുലർച്ചയ്ക്കുമെല്ലെവന്നെന്നോടു
ചോദിച്ചിതച്ഛൻ 'മനസ്സിലായോ?'
പൊട്ടിക്കരഞ്ഞിടുമെന്നിലെക്കുട്ടിയെ
കെട്ടിപ്പിടിച്ചുമ്മവച്ചിതച്ഛൻ.

ഒരു കവിയുടെ തുറന്നുപറച്ചിൽ

എപ്പോഴാ എഴുതുന്നേ
പകലോ? രാത്രിയോ?
എവിടിരുന്നാ എഴുത്ത്
വീട്ടിലോ? പുറത്തോ?
കുറേ പേർ ചോദിച്ചിട്ടുണ്ട്
അവരുടെ പകലല്ല കവിയുടെ പകലെന്നും
അവരുടെ രാവല്ല കവിയുടെ രാവെന്നും
കവിത എവിടെയും എപ്പോഴും
അനുവാദമില്ലാതെ കയറിവരുന്നവളാണെന്നും
അവർക്കറിയില്ലല്ലോ.
ഒരു പൂവിന്റെ ഇതളുകളുടെ ചന്തത്തിൽ
ഭ്രമിക്കുന്നവരാണവർ,
വേരിന്റെ കാഠിന്യത്തെ തിരിച്ചറിയാത്തവർ.
പാറക്കെട്ടിനെ നീലമേഘമടർന്നുവീണതായി
ഭാവനചെയ്യുന്ന കവിയെ
അവർക്കെങ്ങനെ മനസ്സിലാകും!
വാക്കുകളിലൂടെ രക്തവും കണ്ണീരും
ഒഴുക്കുന്ന കവിതകളെഴുതുമ്പോഴും
കവി അവർക്ക് ദന്തഗോപുരവാസിയാണ്
അവരുടെ പുച്ഛത്തിന്റെ അവശിഷ്ടങ്ങൾ

കേന്ദ്ര സാഹിത്യഅക്കാദമിയുടെ All India Writters മീറ്റിൽ അവതരിപ്പിച്ചത്.

വലിച്ചെറിയപ്പെടുന്നത്
കവിയുടെ മൺകുടിലിന്റെ മണ്ടയ്ക്കാണ്.
അഗ്നികുടിച്ചിറക്കുമ്പോഴും
ആത്മാവിൽ കാലത്തിന്റെ ചോരക്കൊടി
ആഞ്ഞുകുത്തുന്നവനാണ് കവി.
അവന്റെ വാക്കുകളിൽനിന്ന് നാളെയുടെ
വസന്തങ്ങൾ പിറക്കും
ആരൊക്കെത്തടഞ്ഞാലും.

കാവ്യസാരസ്വതം*

ഋഷിയാം കവിയുടെ പർണ്ണശാലയിൽ നിന്നു
വിതുമ്പീ സ്വപിതാവിൻ സ്മൃതിയിൽ സരസ്വതി
വള്ളിയിൽകുന്നിക്കുരു കൂട്ടമായ് കായ്ക്കുന്നപോൽ
വള്ളികുന്നത്തിൻ ചേറ്റിൽ കുരുത്തോരല്ലോ നിങ്ങൾ.
ചോരയും നീരും ചേർത്തുപശയിട്ടൊരുക്കിയ
നേരാർന്ന സംസ്കാരത്താൽ ചുവന്നമണ്ണിൽനിന്നും
ഉയർന്നുവന്നോരുജ്ജ്വലോജ്ജ്വലകവീന്ദ്രന്റെ
ചരണങ്ങളിൽതൊട്ടുതൊഴുതിട്ടെഴുന്നേല്ക്കേ
'വള്ളികുന്നത്തെക്കൊച്ചു പെൺകൊടീയിടയ്ക്കൊക്കെ
വന്നുപോകേണം നീ' യെന്നോതുന്നൂ കവിസ്നേഹം.
ചില വാക്കുകൾ വിലപിടിപ്പേറിടുന്നേതു-
കനകമണിമുത്തുവൈഢൂര്യശതത്തേക്കാൾ
ആശിസ്സും വരവും ചേർന്നൊന്നായി പുഷ്പിക്കുന്ന
ആർദ്രമാമനുഭൂതി നിറഞ്ഞൂ പുണ്യംപോലെ
ആമിഴിനീരിൽ വെട്ടിത്തിളങ്ങീ പിതൃഭക്തി
തേങ്ങുമാത്മാവിനുള്ളിലൊഴുകീ കാഞ്ഞിപ്പുഴ**
നിൻവദനത്തിൽ പൂത്തുവിടർന്നൂ, പുതുശ്ശേരി-
തൻവചനത്താൽ മണ്ണിലുണർന്ന വസന്തങ്ങൾ.

---

* ഡോ. പുതുശ്ശേരി രാമചന്ദ്രന്റെ വീട്ടിൽ അദ്ദേഹത്തിന്റെ നാട്ടുകാരിയും കവിയുമായ എസ് സരസ്വതിയോടൊപ്പം പോയ അനുഭവം.

** പുതുശ്ശേരിയുടെ ഗ്രാമത്തിലൂടെ ഒഴുകുന്ന ചെറിയ പുഴ.

ദുഃഖസംവത്സരം

വരുന്നൂ പുതുവർഷം; വാർമുടിക്കെട്ടിൽ പന്ത്ര-
ണ്ടിതളാർന്നൊരു സൗഗന്ധികപുഷ്പവും ചൂടി
നിരന്നു കുഞ്ഞിപ്പൂക്കൾ നിരത്തിൽ കളങ്കമ-
റ്റുണരും സ്വപ്നങ്ങൾപോൽ പുഞ്ചിരിത്തൂകിത്തൂകി
പുതുതായെന്തെന്തൊക്കെച്ചെയ്യേണമീയാണ്ടിലെ-
ന്നൊരു ചിന്തയെന്നുള്ളിലുരുകിത്തിളയ്ക്കുമ്പോൾ
ഉലകിൻ കലുഷിതമായ ജീവിതംകണ്ടു
കരയുന്നിതെന്നാത്മാ,വെൻസ്വരമിടറുന്നൂ.
ദേവതയ്ക്കൊപ്പം വിളങ്ങിയൊരെൻ നാടിന്നിതാ-
വേദനിക്കുന്നു; മണ്ണിലുഴന്നു നടക്കുന്നൂ.
പകലിൻ തുടക്കാമ്പിൽ ചട്ടുകം പഴുപ്പിച്ചു
പകയാൽ പൊള്ളിച്ചപോൽ പുലരിത്തുടുസൂര്യൻ
നിറയെക്കിളിയൊച്ച കായ്ച്ചോരുമരംവെട്ടേ-
റ്റിളയിൽ പതിച്ചൂപോൽ, കിളികൾ മരിച്ചൂപോൽ
പഠിക്കാൻ പോയിത്തിരിച്ചെത്തേണ്ടുമിളംകിനാ-
വിരുളിൻ നഖങ്ങളാൽ കോർത്തു കൊല്ലപ്പെട്ടുപോൽ
കളിക്കാൻ പോകുംവഴി കൂട്ടരൊട്ടകന്നപ്പോൾ
കുടലിൽ കുത്തേറ്റേതോ കൗമാരമടർന്നുപോൽ
വഴിവക്കിലെക്കടത്തിണ്ണയിൽ മലയാള-
മൊരിലച്ചോറിന്നായിട്ടന്യരോടിരന്നുപോൽ
അവസാനത്തെത്തണലാകുമീശനെപ്പോലും
അറിവിന്നുരുവാക്കിത്തെരുവിൽ വില്ക്കുന്നുപോൽ
കെട്ടകാലത്തിൻ ഗർഭപാത്രത്തിൽനിന്നും പിറ-

ക്കുന്ന വർഷമേ നിന്നെക്കണ്ടു ഞാൻ ഭയക്കുന്നു
നടക്കേയിടറുന്നെൻ പാദങ്ങൾ, കുടിക്കവേ
വിഷമാകുന്നൂവെള്ളം, പ്രണയം പാമ്പാകുന്നു.
വഞ്ചനയായീടുന്നു വാത്സല്യം, ഇരുട്ടത്തു
നെഞ്ചിലെക്കിളി കിരാതാസ്ത്രത്താൽ മരിക്കുന്നൂ
തുറന്നുവയ്ച്ചീടുക മക്കളേ,യടയ്ക്കാതെ
തിരുനെറ്റിക്കണ്ണിരുട്ടെരിച്ചു മുന്നേറുവാൻ.

ക്രിസ്തുദർശനം

കനവിൽ കാണുന്നൂ ഞാൻ കാരുണ്യവാനാം നിന്റെ
നയനങ്ങളിൽ പൂത്തുനില്ക്കുന്ന സൂര്യന്മാരെ
കരളിൽ തെളിയുന്നൂ രാവിന്റെ തിരുമാറിൽ
വിരിയും വാൽനക്ഷത്രം ശുഭ്രമാം ജ്ഞാനംപോലെ
ഇതൾനീർത്തുന്നു ബാല്യകാലത്തിലെന്നാത്മാവിൻ
പറുദീസയിൽ മൊട്ടിട്ടുണർന്ന ഭവദ്‌രൂപം.
നിൻ മുഖം കാൺകേ ഭക്തിയാലേറെത്തുടുത്തതാം
വെള്ളമീഞാ,നെൻ സ്വപ്നമൊക്കെയും വീഞ്ഞായല്ലോ.
നീ എനിക്കേകുന്നു നിൻമാംസമപ്പമെന്നോണം
എൻനേർക്കുനീട്ടുന്നൂ നിൻ രക്തത്തെ വീഞ്ഞെന്നോണം
എനിക്കെന്തിനിനിന്നപ്പം, വീഞ്ഞ് നീയാത്മാവിന്റെ
അകത്തെയൾത്താരയിൽ വിളക്കായ് ജ്വലിക്കുമ്പോൾ.
എനിക്കെന്തിന്നായ് പട്ടുകുപ്പായം, വിഭവങ്ങൾ
ഉലകിന്നായിട്ടുയിരുരുക്കും നീയേ പോരും.
അലറിക്കരയുന്ന കടലിൻഞരമ്പിലൂ-
ടൊരുനാൾ നടന്നൂ നീ സാഗരം സുശാന്തമായ്.
മലതൻമുകളിൽ നിൻ വാക്കുകൾ നൃത്തം വയ്ച്ചൂ
വെയിലിൽനിൻ തത്ത്വങ്ങൾ സുകൃതാമൃതം പെയ്തു
ഏതപാരതയുടെ സ്വർഗ്ഗഗേഹത്തിൽനിന്നും
നീ വിരിയിച്ചൂ സർഗ്ഗസൂനയങ്ങളീയൂഴിയിൽ
ഏതു കല്ലറയ്ക്കുള്ളിൽക്കിടക്കും ശവത്തിനും
പ്രാണനേകുവാനാത്മശക്തിയാർജ്ജിച്ചോനേ, നീ
നീറുമെൻ മനസ്സിന്റെ മുറിപ്പാടുകൾ തോറും

**ലേപനം ചെയ്യൂനിന്റെ ജ്ഞാനസൂക്തികൾ നിത്യം.
നിൻ തളിരൊലിവിലവിരലാൽമീട്ടു, എന്റെ
നെഞ്ചിലെ ദുഃഖത്തിന്റെ ഗാനപേടകം മെല്ലെ
അതിൽ നിന്നുണർന്നുയർന്നുയർന്നു പാറീടട്ടെ
അകതാരിലെ ദൈവ ഭക്തിതൻ വെൺപ്രാവുകൾ.**

ഓണക്കണ്ണീർ

ഓണംവന്നു വിളിച്ചിട്ടും
ഉണ്ണീ ഉണരാത്തെന്തേ നീ
തുമ്പപ്പൂക്കൾ ചിരിച്ചീലാ
തുമ്പിപ്പെണ്ണും വന്നീലാ
വണ്ണാത്തിക്കിളി പാടീലാ
അണ്ണാൻ കുഞ്ഞുചിലച്ചീലാ
ചിങ്ങനിലാവു തെളിഞ്ഞിട്ടും
തെങ്ങു, കവുങ്ങുകളാടീലാ
ഞാലിപ്പൂവൻ തേനുണ്ണാൻ
ഓലഞ്ഞാലികളെത്തീലാ
അത്തപ്പൂക്കളമെങ്ങും കണ്ടീ-
ലിത്തറവാടുമുടിഞ്ഞേ പോയ്.
പിന്നെന്തിന്നീയോണം എന്തിനു
പൊന്നോണം: "എന്റപ്പൂപ്പാ
ടാബിൽ കാണാം നല്ലോണം യൂ-
ട്യൂബിൽകാണാം ചന്തങ്ങൾ
അത്തപ്പൂക്കളം ചാലയിൽ* വില്ക്കാൻ
വച്ചിട്ടുണ്ടതു വാങ്ങിക്കാം
സദ്യയ്ക്കോഡർ കൊടുത്തു അച്ഛൻ
ഇപ്പോഴതെത്തും വെയ്റ്റ് ചെയ്യൂ
ഓണം പുതുതായ്ത്തീർന്നൂ, നമ്മുടെ-
യോണം ഇൻസ്റ്റന്റായല്ലോ"

---

* ചാല - തിരുവനന്തപുരത്തെ പ്രധാന വ്യാപാരകേന്ദ്രം.

ഒരു പാവത്താനിതു കേട്ടുള്ളം-
ഞെരിയുംവണ്ണം വിലപിച്ചൂ
ഇനി ഞാൻ വരുകില്ലിച്ചുടുകാട്ടിൽ
ഇടറും മൊഴിയാൽ ഖേദിച്ചു.
പുണ്ണുപെരുത്തൊരു മണ്ണിനു നമ്മൾ
ചുണ്ണാമ്പിട്ടു രസിക്കുന്നൂ
കണ്ണുകരിഞ്ഞൊരു സംസ്കാരത്തെ
തിണ്ണയിലിട്ടു ചവിട്ടുന്നൂ.

ആണ്ടുപിറപ്പ്

വരവായി പുതുവർഷം കുരുന്നുകളേ
വരവേല്ക്കാൻ വരിയായിട്ടൊരുങ്ങിനില്ക്കു
കരത്തിൽ പൂച്ചെണ്ടുവേണം, വിളക്കുവേണം
ചിരിക്കുന്ന മുഖവുമായ് നിരന്നുനില്ക്കൂ
തനിച്ചല്ലെന്നൊരു തോന്നൽ കൊളുത്തിവയ്ക്കൂ
ഇനിക്കും സ്വപ്നവുമായി വഴിയിൽ നില്ക്കൂ.
പുലരിച്ചോപ്പതാകാൺമൂ കിഴക്കേവാനിൽ
കളിവിളക്കൊളിയായിട്ടുണർന്നു സൂര്യൻ
കനൽക്കാലക്കരിങ്കോലം തെഴുത്തനാട്ടിൽ
അഴൽപ്പൂക്കളൊരു നൂറുവിരിഞ്ഞ വാഴ്‌വിൽ
കടക്കെണിക്കുരുക്കേറെ മുറുകുന്നേരം
ഇടനെഞ്ചിലിടിവെട്ടുതിമിർക്കുന്നേരം
ചതഞ്ഞുള്ളം തകർന്നാകെത്തളരുന്നേരം
പുതുവർഷം വരുന്നതൊട്ടറിയുന്നീല.
അരിക്കാശിന്നലയുന്നൊരച്ഛനെയോർക്കേ
കരഞ്ഞേറെയുഴലുന്നൊരമ്മയെയോർക്കേ
മറുതുണിയെഴാത്തൊരു പെങ്ങളെയോർക്കേ
മറിമായക്കളിയാളും കളങ്ങളോർക്കേ
പുതുതലമുറയൊട്ടുമറിയുന്നീല
പുതുവർഷാഗമഘോഷമുണരുന്നീല.
ഇതൊക്കെയാണവസ്ഥയെന്നാകിലും നമ്മൾ
ഇതൾ വിരിയിച്ചെടുക്കേണം പുതിയ സ്വപ്നം.
ഇളനീരിന്നിനിപ്പാർന്നമൊഴിയുമായി
ഇളയമൊട്ടുകളേയിന്നൊരുങ്ങൂ നിങ്ങൾ
വരവായീ പുതിയൊരാണ്ടിതിനെ നമ്മൾ
വിരിഞ്ഞ പൂക്കളുമേന്തി വരവേല്ക്കേണം.

കവി (ത)

ഒറ്റമാത്രയിലൊരു കവിയും ഭൂവിൽ-
പെറ്റുവീഴുന്നതില്ലെന്ന വാസ്തവം
ഒട്ടുകാലം കഴിഞ്ഞെങ്കിലും ലോക-
രൊക്കെമെല്ലെ തിരിച്ചറിഞ്ഞീടുമോ?
എത്രമേൽ യത്നമാർന്നതാണീ സർഗ്ഗ-
സിദ്ധിയെന്നതു ചിന്തിച്ചിരിക്കവേ
അത്തലിൽനിന്നു പുത്തൻപുലർച്ചകൾ
കൊത്തിവാർത്തെടുത്തോരെയോർമ്മിച്ചുപോയ്.
കെട്ടജീവിതകാലത്തിലും തനി-
ക്കിഷ്ടമാം കാവ്യജീവിതമെന്നതേ
സത്യമേതുകവിക്കും; മനസ്സിന്റെ
ശുദ്ധിപൂത്തമൃതം നിറയുന്നതാം.
പാലകൾ തൻ വിയർപ്പിന്റെ ഗന്ധവും
പാലൊളിത്തൂനിലാവിന്റെ ചന്തവും
രാവിലൊറ്റയ്ക്കു പൂത്തുനില്ക്കുന്നൊരാ
താരകത്തിൻ തണുത്ത നിശ്വാസവും
പ്രാണനാഡി വലിച്ചുമുറുക്കിയൊ-
രേകതാര ചുരത്തുന്ന ദുഃഖവും
അസ്ഥിയിൽനിന്നുതിർന്ന ഗീതംകേട്ടു
വിസ്മയിച്ചുനില്ക്കും മഹാവൃക്ഷവും
ഗോപബാലന്റെയോടക്കുഴൽ വിളി-
നാദമോംകാരമാണെന്നബോധവും
പാതവക്കിലരഞ്ഞൊരാ പെണ്ണൊരു

ദേവിയാണെന്ന പൊള്ളുന്ന സത്യവും
ആരു ഞാനെന്ന ചോദ്യത്തിനുത്തരം
ആദ്യമാരേകുമെന്നൊരൗത്സുക്യവും
ഒക്കെയും ചേർന്നുകൂടിക്കലർന്നതാ-
ണിക്കലാലോക കാവ്യസമസ്യകൾ
ഒറ്റവാക്കിലൊതുക്കിപ്പറഞ്ഞിടാ-
നൊക്കുകില്ല പൊറുക്കുക കൂട്ടരേ.

ക്രിസ്തുനക്ഷത്രം

മഞ്ഞുതുള്ളികൾ കോർത്ത കൊന്തയുമണിഞ്ഞെന്റെ
മുന്നിൽവന്നിതാ നില്പൂ ഡിസംബർ കന്യാസ്ത്രീപോൽ.
വിശ്വസംസ്കൃതിയുടെ പിഞ്ചിളംകിടാവിന്റെ
സുസ്മിതം കാണാൻ കൊതിക്കുന്നു സൂര്യനും ഞാനും
എത്രമേലുദാരമാമാനസം; ചൈതന്യത്താ-
ലെത്രമേലുദ്ദീപ്തമാജീവിതം; കാരുണ്യത്താ-
ലിത്രമേൽ സ്നേഹാർദ്രനായാരുണ്ടീ ഭുവനത്തിൽ
ചാട്ടവറടിയേറ്റു പുളയുന്നേരത്തും നോ-
വാറ്റിനീയന്യന്റെ; നിൻചരിത്രം വിചിത്രമാം
സ്വന്തരക്തത്തെത്തണുമുന്തിരിച്ചാറാക്കിയും
സ്വന്തമാംസത്തെ ശിഷ്യർക്കപ്പമായ് നിവേദിച്ചും
ഏഴകൾക്കത്താണീയായവിടുന്നവതരി-
ച്ചൂഴിയിൽ; സത്യത്തിന്റെ ശാന്തിഗീതകമായി.
നീറുന്ന മനസ്സിന്റെ മുറിവിൽ തൂകുന്നൂ നീ
നീഹാരശീതാർദ്രാമാമമൃതം; നമിക്കുന്നു.
വിസ്തൃതാകാശത്തിന്റെ മാർത്തടത്തിലായതാ
നക്ഷത്രമാല്യം വെള്ളിക്കൊന്തപോൽ ശോഭിക്കുന്നൂ
യേശുവിൻ തൂമന്ദഹാസംപോലെ വാനിൽനിന്നു
പൂനിലാപ്പാലീമണ്ണിലിറ്റിറ്റു പതിക്കുന്നു.
വിശ്വത്തെ സ്നേഹത്തിനാൽ വിജയിച്ചവനേ നീ
നിത്യമെന്നാത്മാവിനെ ജ്ഞാനസ്നാനം ചെയ്യിപ്പൂ.

ദിവ്യദർശനം

കൊച്ചുമോളൊറ്റയ്ക്കിരുന്നു കളിപ്പാട്ട-
മൊക്കെനിരത്തിക്കളിപ്പതു കാണവേ
ഉള്ളിലമ്മൂമ്മയ്ക്കു പോയ കാലത്തിന്റെ
നല്ലിളംബാല്യക്കൊലുസ്സിന്റെ ചിഞ്ചിലം
എന്തോ പതുക്കെപ്പുലമ്പുന്നതുണ്ടവൾ
എന്തെന്നറിവീലയാർക്കും, കിനാവിന്റെ
പൊന്മണിത്തൊട്ടിലിലാകിലു, മമ്മതൻ
നെഞ്ചിലെ താളമാവർത്തിച്ചിടുന്നതാം
സ്വന്തമായ് കാണുന്നു തൻകളി, യൊറ്റയ്ക്കു കേൾക്കുന്നു
ത്തന്നെയിരുന്നു തൻ വിശ്വം ചമയ്ക്കുന്നി-
തന്തരാത്മാവിന്റെ സർഗ്ഗഗവേഷണം.
ചെറ്റുമുളച്ചു വരുന്നതേയുള്ളു നൽ
കൊച്ചരിപ്പല്ലുകൾ, ഉറച്ചില്ലകാൽനട
പൊട്ടിച്ചിരിക്കുന്നു കൈകൊട്ടിയാർത്തു; തൻ-
ചിത്തത്തിനുള്ളിലമ്മൂമ്മയ്ക്കുപുഞ്ചിരി.
പാവയെ താരാട്ടുപാടിയുറക്കുന്നു
പ്രാരബ്ധബന്ധിതയായ മാതാവുപോൽ
എത്രമേൽയത്നമീ പ്രക്രിയ വാഴ്‌വിലെ-
ന്നൂൽക്കടചിന്തയാലമ്മൂമ്മ വിങ്ങുന്നു.
അപ്പൊഴും കുഞ്ഞിളംകൂമ്പിന്റെ കുസൃതി
ച്ചെപ്പുകിലുങ്ങുന്നു പൂക്കുന്നിതുത്സവം.
ചുരുളൻ മുടിക്കെട്ടിലമ്മൂമ്മ പുംപീലി
തിരുകിവയ്ക്കുമ്പോൾ ചിരിക്കുന്നു കൺമണി.

അവൾതൻ നിലാച്ചിരി പാരിൽ പരന്നിതാ
കമുകിൽ കുരുന്നുപൂ കൺതുറന്നീടുന്നു.
ചെറുകാൽത്തളത്താളമോടവളൂഴിയിൽ
നടകൊള്ളവേ മണ്ണു കോരിത്തരിക്കുന്നു
അവളിൽ പ്രപഞ്ച,മീവിത്തിൽ വൃക്ഷംപോൽ;
അണുവിലീയണ്ഡകടാഹാത്ഭുതം പോലെ
അതുതന്നെയാമേക ലോകസർഗ്ഗാത്മക-
സ്മിതമാർന്ന സാരസ്വതാനന്ദദർശനം
ചെറുവിളക്കൊളിയിൽനിന്നുലകിന്നിരുട്ടിനെ
അകലെയാക്കും പ്രാണ സംസ്കാരദർശനം.

മധുമധുരം*

നെയ്യാറിൻ തീരത്തക്ഷരാത്മിക കൊളുത്തിയ
നെയ്ത്തിരിനാളത്തിനെന്നായിരം നമസ്കാരം
നാദസൗഭാഗ്യത്തിനാലൂഴിതൻ വരൾച്ചയിൽ
നീരലയൊഴുക്കുന്ന വചസ്സേ നമസ്കാരം.
വെറും കല്ലിനെ വജ്രപ്രഭയുറ്റതായ് തീർക്കും
പ്രണവാർദ്രമാം കാവ്യതപസ്സേ നമസ്കാരം
മധുരാലാപത്തിനാലിതു പോലങ്ങല്ലാതെ
മലയാൺമയിൽ മധുതൂകിയമറ്റാരുള്ളൂ.
അക്ഷരരുദ്രാക്ഷങ്ങൾ കോർത്തുചാർത്തിയ പിതാ-
വക്ഷിയിൽ ജ്ഞാനാഞ്ജനമെഴുതിച്ചുണർത്തവേ
ആമയമയമായ ജീവിതത്തിലുമമ്മ
ശ്രീമയ സംസ്കാരത്തിൻ പാലലചുരത്തവേ
വറുതിക്കലങ്ങളിൽ വറ്റിന്നുപോക്കില്ലാതെ-
പരതും കൂടപ്പിറപ്പുകളൊത്തുഴലവേ
നറുനണ്ടിതൻവേരുപരതും വിരൽകളി-
ലണലിപ്പാമ്പായ് വിശപ്പാഞ്ഞാഞ്ഞുദംശിക്കവേ
വാഗധീശ്വരിയുടെ വാർമടിഞ്ഞൊട്ടിൽത്തട്ടിൽ
വാരൊളിച്ചിരിതൂകിക്കിടന്നങ്ങിലെക്കവി.
ഗുരുനാഥന്മാരാടിത്തിമിർക്കും തൊണ്ണൂറിന്റെ
നെറുകന്തലയിലങ്ങമൃതം ചൊരിഞ്ഞപ്പോൾ
ആനന്ദപുളകിതോന്മാദയാം മലയാള-

---

* പ്രൊഫ. വി മധുസൂദനൻ നായർക്ക് ആദരം അർപ്പിച്ചുകൊണ്ട് കാരക്കോണം പി പി എം എച്ച് എസിൽ സംഘടിപ്പിക്കപ്പെട്ട കവി സമ്മേളനത്തിൽ അവതരിപ്പിച്ചത്.

നാടിന്റെ പ്രിയപുത്രനങ്ങുദിച്ചുയർന്നപ്പോൾ
നെയ്യാറിൽ വാത്സല്യത്തിൻ നെയ്യൊഴുകിയോ വീണ്ടും
നന്മണിക്കിടാവിനു നാദശക്തികളേകാൻ
ഉണ്മയിലവിടുന്നു വിടർത്തിനിർത്തീമണ്ണിൽ
ചിന്മയ സംസ്കാരത്തിൻ ധ്യാനസൂനങ്ങൾ നിത്യം
കുഞ്ഞു പൊൻകിനാക്കളെ ഭാഷാപിതാവിൻ കാല്ക്കൽ-
ക്കൊണ്ടുചെന്നിരുത്തിയങ്ങക്ഷരമെഴുതിച്ചൂ
പുതുതാം തലമുറയ്ക്കങ്ങനെയമ്മൂമ്മയെ
ചിതൽതിന്നീടാതെ കാക്കേണമെന്നോർമ്മിപ്പിച്ചൂ
അഗസ്ത്യഹൃദയത്തിൻ സ്വരസ്പന്ദനങ്ങളാ-
ലായിരം സംവത്സരം നാദവർഷമായ് പെയ്യൂ
ഒറ്റജന്മത്താലൊട്ടുമൊടുങ്ങില്ലവിടുത്തെ
സർഗ്ഗവീചികൾ നൃത്തം ചെയ്യുന്ന മൊഴിക്കടൽ

മാതൃദർശനം

മഞ്ഞുമേലങ്കിചുറ്റി പുലർച്ചയിൽ
കണ്ണിനാനന്ദമേകുമഗർത്തല*
കുഞ്ഞുപൂക്കളൊരായിരം, പാതയിൽ
നിന്നു പുഞ്ചിരിതൂകുന്ന താഴ്‌വര
ദേശവാസിജാനേഷ്ചക്മ[1]യോടൊത്തു
ഞാൻ നടക്കാനിറങ്ങീ പതുക്കനെ
എന്റെ നെറ്റിയിൽ, ചുണ്ടി, ലെൻകൺകളിൽ,
മെയ്യിലാകെ മഞ്ഞിന്നുമ്മ കായ്ക്കുന്നു.
കൊച്ചു കൊച്ചു കുരുവികളാനന്ദ-
ശുദ്ധഗീതകമാർദ്രമായ് പെയ്യുന്നു.
ചെറ്റുദൂരം നടക്കവേ പെട്ടെന്നു-
ചക്മ നില്ക്കുന്നു; കൈയുകൾ കൂപ്പുന്നു.
"യേ ഹമാരാ മഹാകാളിമന്ദിർ ഹേ"
ഇത്രയും ചൊന്നുകുമ്പിട്ടു നില്ക്കുന്നു.
കൂരിരുൾ പോലെഴും കൂന്തൽ ചിന്നിയും
ചാരുതാരകപ്പൂവുകൾ ചൂടിയും
ഘോരരാക്ഷസനിഗ്രഹവ്യഗ്രയായ്
വീരഗംഭീരസാഗരതുല്യയായ്

---

* All India Writers മീറ്റിൽ പങ്കെടുക്കാൻ മലയാളഭാഷയുടെ പ്രതിനിധിയായി ത്രിപുരയിലെ അഗർത്തലയിൽ പോയപ്പോൾ ഉണ്ടായ ഒരനുഭവം.

1. ചക്മ ഭാഷയിലെ പ്രശസ്ത കവി.

ചോരയിറ്റുന്ന നാവുനീട്ടിക്കൊണ്ടോ,-
രായിരം തലയോട്ടി ചാർത്തിക്കൊണ്ടു
കാളിയെക്കണ്ടമാത്രയിൽ; മാളോ-
ട്ടാളുമമ്മ[2]യെ യോർത്തുനമിച്ചു ഞാൻ
ഏതുദേശത്തിലാകിലും പെറ്റമ്മ-
യേകിടും സ്നേഹവാത്സല്യമോർക്കവേ
അംബ! നിൻരൂപമെന്നകതാരിലെ
അമ്പലത്തിലുണ്ടെന്നതേ വാസ്തവം
ക്ഷുദ്രദുഃഖത്തിലും കാവ്യജീവിതം
ഭദ്രമാക്കുന്ന മാസ്മരസുസ്മിതം.

2. കവിയുടെ നാട്ടുദേവത

പ്രണയസംഗീതകം

നമ്മളൊത്തു കൈകോർത്തുനടന്നൊരീ
നാട്ടുവഴിയിലൂടൊറ്റയ്ക്കുപോകവേ
ഓർത്തുപോകുന്നു വീണ്ടും സഖീ നമ്മൾ
കാത്തുസൂക്ഷിച്ച സ്നേഹക്കിനാക്കളെ
അമ്പലത്തിൽവച്ചന്നൊരു നാളിൽ നീ
എന്റെ നെറ്റിയിൽ ചാർത്തിയ ചന്ദനം
ജീവിതത്തിൻ വെയിലിൽ വിയർത്തിന്നു
മാഞ്ഞുപോയിയെന്നാകിലുമോമലേ
അന്നു നീ തൊട്ടൊരാഹരിചന്ദന-
മിന്നുമെന്നുള്ളിൽ വാസനിക്കുന്നിതാ.
പാലപൂത്തൊലിക്കും മദഗന്ധവും
ലോലമാം നിന്നുടലിൻ മൃദുത്വവും
നീലമേഘത്തിനൊത്തൊരാകൂന്തലിൽ
താരകങ്ങൾകൊരുത്തൊരുമാല്യവും
പാവണിക്കസവാടയും നാണത്തിൻ
പൂവിരിഞ്ഞതാമാനനവും കാൺകെ
എന്നെ വിസ്മരിച്ചന്നു ഞാൻ നിന്റെ സർ-
വ്വേന്ദ്രിയങ്ങളെക്കെട്ടിപ്പിടിച്ചതും
രോമകൂപങ്ങളിൽ പ്രണയോത്സവം
പൂത്തുലഞ്ഞാടിയാടിത്തെളിഞ്ഞതും
അന്തരിന്ദ്രിയങ്ങൾതോറുമഗ്നിതൻ
അന്തമില്ലാത്ത നൃത്തം നടന്നതും
നമ്മിലെ നമ്മളൊന്നായലിഞ്ഞൊരു

നവ്യകാവ്യാനുഭൂതിയുറന്നതും
എന്നിൽ നീ നിന്നെ നിന്നിൽ ഞാനെന്നെയും
കണ്ടു കണ്ണുനിറഞ്ഞു പുണർന്നതും
ഓർക്കയാണു ഞാൻ പിന്നെയും നീ എന്റെ
വാക്കിൽ വന്നിന്നുനർത്തനം ചെയ്യവേ.
എത്രമേലെന്നിൽ നിന്നകന്നീടിലു-
മത്രമേലെന്നൊടൊട്ടിനില്ക്കുന്നു നീ
വിട്ടുപോയെന്ന തോന്നലിന്നെന്നുള്ളി-
ലൊട്ടുമില്ലെന്നടുത്തിരിക്കുന്നു നീ.

(അ)മൃതവചനം

അക്ഷരം അടഞ്ഞ ഹൃദയങ്ങളെ
തുറക്കുവാനുള്ള
തിളക്കമേറുന്ന താക്കോലാണ്
എരിയുന്ന ദുരിതങ്ങളിലേക്ക്
ഇടതടവില്ലാതെ
പെയ്തിറങ്ങുന്ന
കണ്ണീരിന്റെ ഇടവമഴയാണ്.
അമ്മമാരുടെ അകമുറിവിൽനിന്ന്
അണ്ഡകടാഹത്തോളം
ഒഴുകിപ്പരക്കുന്ന
രക്തനദിയാണ്.
തെരുവിൽ വിശന്നു മരിച്ചവന്റേയും
ദുരധികാരം ചതച്ചരച്ചവന്റേയും
ഇടവഴിയിലെ ഇരുട്ടത്ത് പിച്ചിച്ചീന്തപ്പെട്ടവളുടെയും
റെയിൽപ്പാതയിൽ ഉറുമ്പരിക്കുന്നവളുടെയും
ജീവിതത്തിന്റെ പാറക്കെട്ടിൽ വീണ്
പൊട്ടിച്ചിതറുന്ന നക്ഷത്രമാണ്.
നടുവൊടിഞ്ഞ ആകാശത്തിനും
കനവുകരിഞ്ഞ ഭൂമിക്കുമിടയിൽ
കുത്തേറ്റു ചത്തുമലച്ചു കിടക്കുകയാണ്
എന്റെ അക്ഷരകൗമാരം.

രക്തസങ്കീർത്തനം

തീക്കടൽ നീന്തിവരുന്നു കനൽപ്പൂ-
ചൂടിയ പുലർകാലയൗവനങ്ങൾ
കൈയിൽ ചുവന്ന കിനാക്കൊടിയേന്തി-
വന്നെത്തുന്നു വിപ്ലവ വിസ്മയങ്ങൾ
അണയാത്തൊരാവേശമാഹ്ലാദമുത്സാഹ-
മലതല്ലിടുന്നൊരാത്മാവുമായി
ഇടനെഞ്ചിലിടിവെട്ടിയുണരുന്ന നേരിന്റെ
തുടിമുഴക്കത്തിൻ കരുത്തുമായി
ചുടുചോരയൊഴുകുമീ ചുടലക്കളത്തിന്റെ
തുടുമണ്ണിലായിരം കൊടികൾ നാട്ടി
അടരാടിയടരാടിയിളവൊട്ടുമേല്ക്കാതെ
തെളിവാർന്നു തെളിയുന്നു പുതുവെളിച്ചം.
പഴമതൻ വാറോല കീറിയെറിഞ്ഞു കൊ-
ണ്ടഴലിൻ ചരിത്രം കുറിക്കുവോരേ
പുതുയുഗ സംസ്കാരനാളം കൊളുത്തുവാ-
നുടലെടുത്തുയിരെടുത്തെത്തുവോരേ
പുലരിത്തുടിപ്പിന്റെ തിരുനെറ്റിയിൽ പൂത്ത
കിരണങ്ങളിൽ കനൽനെയ്തവരേ!
പൊടിമണ്ണിലടിയാത്ത പുതുലോകചിന്തകൾ-
ക്കുടയോരായാടിത്തെളിഞ്ഞവരേ
ഒരു മറക്കുടയൊടിച്ചകലെക്കളഞ്ഞതും
അരമനയിരുട്ടിൽ വിളക്കുതെളിച്ചതും
കരിയടുക്കളയിലായെരിയുന്ന പെണ്ണിനെ

തിരുവരങ്ങത്തു വരുത്തിയാടിച്ചതും
കല്ലുകൾ കോർത്തു കൊരുത്തതാംമാലയീ
കാലത്തിൻ കണ്ഠത്തിലണിയിച്ചതും
മാറുമറയ്ക്കാ, നെഴുത്തുപഠിക്കുവാൻ
മാറാലനീക്കിയീ നാടുകടത്തീടുവാൻ
രാപകലില്ലാതുറക്കമൊഴിച്ചിരു-
ന്നോണപ്പിറപ്പിന്നൊരുക്കിയതും
ചേരിയിൽവേച്ചു വീണുഴലുന്ന പാവത്തി-
നായിരം സൂര്യനെ കാട്ടിയതും
തുടുകൈകളേന്തുന്ന പന്തങ്ങളിൽ നിന്നു-
കഠിനമാം കുറ്റിരുട്ടാറ്റിയതും
ചോരക്കടൽപെറ്റ നാടിന്റെ ചേതനാ-
നാളങ്ങളേ നിങ്ങൾതന്നെ സത്യം.
പുഴകളുടെ സ്വരജതികൾ കാത്തുനിങ്ങൾ
ഹരിതാഭ സൂക്ഷിച്ചുവച്ചു നിങ്ങൾ
കെട്ടുപോകാതെയീ മണ്ണു കാക്കാൻ
വെട്ടം കൊളുത്തിപ്പകർന്നു നിങ്ങൾ
തിക്തമെന്നാത്മാവു ശുദ്ധമാക്കാൻ
രക്തസങ്കീർത്തനം തന്നു നിങ്ങൾ.

നഗരകാമന

നഗരത്തിൽച്ചെന്നു വസിക്കുകയെന്നാൽ
നരകത്തിൽച്ചെന്നു കുടിവയ്ക്കുന്നപോൽ
ഇരുട്ടുഗ്രാമത്തിലിരുട്ടുതാൻ; വെട്ട-
മതുപോൽ വെട്ടംതാൻ കളങ്കമില്ലൊട്ടും
നഗരത്തിലിരുട്ടിഴഞ്ഞെത്താറില്ല
നഖങ്ങൾ നീട്ടുന്നൂ വഴിവിളക്കുകൾ
പഴയൊരെൻ ഗ്രാമസ്മൃതികൾവന്നിതാ
ഇഴവിടർത്തുന്നൂ സുകൃതചിത്രങ്ങൾ.
വെളുപ്പിനായിരം കിളികൾ തൻ പാട്ടു-
തഴച്ചുപൊന്തുന്നൂ കതിർക്കിനാക്കളിൽ
ഇരവിൽ കൂമന്റെ കുരലിൽ നിന്നേതോ-
കരുമനയുയർന്നലിയുന്നൂ നിത്യം
അരുമയാമെന്റെ പിറന്നദേശമേ
മടുത്തെനിക്കിന്നീ നരകജീവിതം.
കിടാങ്ങൾക്കോടുവാൻ തൊടിയില്ലെങ്കിലും
കളിക്കുവാൻ പാർക്ക്, നടക്കാൻ മ്യൂസിയം
ചെരുപ്പിട്ടേ മണ്ണിലിറക്കൂ കുഞ്ഞിനെ.
ചരക്കുവെള്ളമേ കൊടുക്കൂ മോന്തുവാൻ
വഴിപ്പലഹാരക്കടയിലെ സ്വാദേ
വഴക്കമായിപ്പോയ് കുടുംബത്തിനാകെ
വലതുകൈയിനാൽ മമ ഗ്രാമംനീട്ടും
വരവാത്സല്യച്ചോറിടം കൈയാൽ തട്ടി-
ക്കളഞ്ഞതിൻ ശിക്ഷ, സമയംതെറ്റിഞാ-

നശിച്ചുതീർക്കുന്നു; കുടിക്കുന്നൂ ശാപം.
ഒരിക്കലും മർത്ത്യനറിയില്ല, ഗ്രാമ-
മൊരുക്കി നല്കുന്ന മരന്ദത്തിൻ രുചി
തിരിച്ചറിയില്ല പ്രകൃതിതൻ നേർക്കു-
പറിച്ചുനീട്ടും മാങ്കുലകൾ തൻ മണം.
മരണ സന്ദർഭമടുത്തിടുന്നേരം
കരഞ്ഞിട്ടെന്തിനിഫലം; വിധിഹിതം.

അക്ഷരാമൃതം

നീ വരും വരുമെന്നു നിനയ്ച്ചു; കവിതേ നിൻ
പൂവിരലെന്നെത്തൊട്ടു വിളിക്കുമെന്നാശിച്ചു
നീറുമെന്നകതാരിനുള്ളിൽ നിൻ പ്രേമക്കുളിർ-
നീരുറവാലിംഗനം ചെയ്തതായ് സ്വപ്നംകണ്ടൂ.
പിന്നെ തിരിച്ചറിഞ്ഞേറെ വൈകി, യീവിശ്വം-
മെല്ലെ നമ്മളെത്തമ്മിലകറ്റി മാറ്റുന്നതായ്.
കഷ്ടകാലത്തിൻ കനൽ വേനലിലുരുകാതെ
അഷ്ടിയുമുടുമുണ്ടും സ്നേഹതീർത്ഥവും തന്നോൾ
വിത്തിന്റെ കുഞ്ഞിക്കണ്ണിന്നുള്ളിലൂടൊരു വൃക്ഷ-
ചിത്തത്തെ ചിദാകാശസത്യമായ് കാട്ടിത്തന്നോൾ
കേവലമൊരു മഞ്ഞുതുള്ളിതൻ ഹൃദയത്തിൽ
പൂവനങ്ങളെയാകെ പ്രതിബിംബിപ്പിച്ചവൾ
പാതിരാത്രിയിലേതോരാപ്പാടി പാടുന്നതി-
നീണമെന്നാത്മാവിന്റെ വീണയിൽ പകർന്നവൾ
ഇക്കലാക്ഷേത്രത്തിന്റെ മുറ്റത്തു തെളിഞ്ഞൊരീ
സർഗ്ഗദീപത്തിൻവെട്ടമുലകിൽ പ്രകാശിക്കേ
ഒരുനാൾ പൊടുന്നനെയവളെക്കാണാതായി
തിരയാനിനിയിടമില്ല; നീ എങ്ങെൻ വാക്കേ.
ഒരുവേള ഞാൻ കണ്ടൂ തീവണ്ടിയാഫീസിലെ
മരബെഞ്ചിലായവൾ കാൽപിണച്ചിരിക്കുന്നു.
തിരക്കിട്ടോടും ക്ഷുദ്ര ബുദ്ധിജീവികളോടാ-
യിരക്കുന്നവളൊരു നാണയം; ചായയ്ക്കായി.
ചുടുചെങ്കനൽക്കട്ടകൾ പൂത്തുനില്പൂ കണ്ണിൽ

ഉടുചേലയറ്റൊരു പൈതലുണ്ടൊരു തോളിൽ.
ഇവളോയീയാണ്ടിന്റെ കവിത, എന്നാദിമ-
സ്മൃതിയിൽ പുഷ്പിച്ചവളിപ്രകാരമല്ലല്ലോ.
ചെമ്പിച്ചു ജടകെട്ടിപ്പോയൊരാമുടിക്കെട്ടിൽ
തുമ്പപ്പൂച്ചിരിയല്ല,തെങ്ങെങ്ങോ കൊഴിഞ്ഞുപോയ്
ചെന്നിണമൊലിക്കുന്നൊരഞ്ചാറു മുറിവുണ്ടു
ചെന്നിയിൽ, തോളിൽ, നെഞ്ചി, ലരയിൽ, മുതുകത്തും
മന്നിലെ ദുഃഖങ്ങൾ തൻ നിത്യദൃക്സാക്ഷി; നിന്നെ-
യിന്നു ഞാൻ ചുംബിക്കുന്നു ചുണ്ടിലും കവിളിലും
അപ്പൊഴാ ചുണ്ടിൽനിന്നുമൂറുന്നിതെൻ രക്തത്തിൽ
അർത്ഥസമ്പന്നങ്ങളാമായിരം മഹാകാവ്യം.
അത്തലിന്നഗ്നിജ്വാല കെടുത്താൻ; സർഗ്ഗാത്മക-
സിദ്ധി ശക്തികളെന്റെ പ്രാണനിൽ പാകിത്തന്നും
വാടുന്ന സ്വപ്നങ്ങൾ തന്നീറത്തണ്ടൊടിച്ചൊരു-
പാടുന്ന മുരളിക തീർത്തുതന്നതും നീയേ
കരയുംപ്രാണന്റെ കണ്ണീരൊപ്പി തലോടുന്ന-
കരമേ കവിതതൻ കരമെന്നറിവൂ ഞാൻ.

ക്ലാസിൽ

ഒരുനാൾ ബയോളജി പഠിപ്പിച്ചിരുന്നൊരെൻ
മരിയപുഷ്പം ടീച്ചർ പറഞ്ഞതോർമ്മിക്കുന്നു
അമരവിത്തിന്നൊത്തൊരാകൃതിയാണീവൃക്കയ്-
ക്കവതൻ പടം വരയ്ച്ചെടുക്കൂ ബോർഡിൽ നോക്കി
ആവർത്തിച്ചാവർത്തിച്ചു വരച്ചുനോക്കീ ഞാനെൻ-
കേവലകരങ്ങൾക്കു വഴങ്ങീലല്ലോ ചിത്രം.
തൊട്ടടുത്തിരിക്കുന്നൊരെൻ സുഹൃ,ത്തനീഷതാ
വിസ്മയാവഹമായി വൃക്കകൾ വരയ്ക്കുന്നു.
ഇരുവൃക്കകളെയും കോർത്തനാളികൾ വരയ്-
ച്ചവനാ ചിത്രത്താളു ടീച്ചറെക്കാണിച്ചപ്പോൾ
അഭിനന്ദനത്തിന്റെ പുഞ്ചിരിപ്പൂക്കൾകൊണ്ടു
പൊതിഞ്ഞു ടീച്ചർ "അനീഷ് മൈക്കലാഞ്ജലോയാകും"
ഗദ്ഗദകണ്ഠത്തോടെ വിങ്ങിക്കൊണ്ടവനോതി
കൃത്യമായ്ക്കണ്ടിട്ടുണ്ടു വൃക്കകൾ ഞാൻ ടീച്ചറേ
അപ്പൂപ്പനഞ്ചാറാണ്ടു വൃക്കയ്ക്കു തകരാറാ-
യപ്പെരും മെഡിക്കൽക്കോളേജിലായ് കിടക്കുമ്പോൾ
കൂട്ടിരുന്നേനീ ഞാനുമച്ഛനമ്മമാർക്കൊപ്പം
കാട്ടിയെന്നച്ഛൻ അപ്പൂപ്പന്റെ എക്സ്റേ എന്നെ
അന്നെന്റെ അകക്കോണിൻ ബ്ലാക്ക്ബോർഡിൽ വരച്ചതാ-
ണന്ധനാം വിധിയാദ്യമമരവിത്തിന്നൊത്ത-
വൃക്കതൻരൂപം; കുഴൽവഴിയെൻ കണ്ണെത്താത്ത
ക്ഷുദ്രവീഥികളിലൂടൊഴുകീ രക്താണുക്കൾ.
ഇന്നലെയെന്നപ്പൂപ്പൻ ഞങ്ങളെയൊറ്റയ്ക്കിട്ടി-

ട്ടങ്ങകലെയാകാശത്തിലലിഞ്ഞിട്ടൊരാണ്ടായി
അതിനാലാണിന്നലെ ഞാനുമെന്നനിയനും
അവധിയെടുത്തതു ഹാജരേകണം ടീച്ചർ.
പറഞ്ഞുനിർത്തീ അനീഷെങ്കിലും ഞങ്ങൾക്കുള്ളിൽ
പറഞ്ഞുതീർക്കാനാകാതുള്ള വേദനപൊന്തി
മരിയപുഷ്പം ടീച്ചർ വ്യക്തതൻ ചിത്രം മായ്ച്ചു
കരയും കുഞ്ഞുങ്ങൾ തൻ കണ്ണീരുതുടയ്ക്കുന്നു.

അക്ഷരം

അക്ഷരമാകാശത്തിൻ
നെറ്റിയിൽ നക്ഷത്രംപോൽ,
ആറ്റൊഴുക്കുപോ,ലീറൻ-
ചേറ്റിലെത്തണുപ്പുപോൽ,
കനവിൻ കനിയിൽനി-
ന്നൂറുന്നൊരിനിപ്പുപോൽ,
കരളിൻ കദനത്താൽ
കടഞ്ഞ കണ്ണീരുപോൽ
തലപൊട്ടിയ കൂരയ്-
ക്കുള്ളിലെ ദാരിദ്ര്യംപോൽ
അറിവിൻ വാർനെറ്റിയിൽ
തെളിയും തിലകംപോൽ
ഊരിന്റെ പഞ്ഞംപോലെ
നേരിന്റെ നാളംപോലെ
നൂറ്റാണ്ടിലൊരിക്കൽവ-
ന്നുദിക്കും ജന്മംപോലെ.
തളരും നാഡിക്കുള്ളിൽ
തിളയ്ക്കും രക്തംപോലെ.
വിടരും പൂവിന്നുള്ളിൽ
വശ്യമാം സുഗന്ധം പോൽ

ചെറുപുഞ്ചിരിയിൽ നി-
ന്നുതിരും പ്രകാശംപോൽ
ഇണതൻ പ്രണയത്തി-
ലുണരും കനൽപോലെ
അണയാതാളിക്കത്തി-
പ്പടരും സർഗ്ഗാത്ഭുതം.

ഗൃഹസ്ഥം

അമ്മതൻ കണ്ണിൻ
കയങ്ങളിലെപ്പൊഴും
നിത്യദുഃഖത്തിന്റെ
ഉഷ്ണലാവക്കടൽ
അച്ഛന്റെയുദരതീര
ത്തിങ്കലൊരു വിഷ-
പ്പാമ്പുപോലമിത-
മദ്യാസക്തി പുളയുന്നു.
സഹജന്റെ ചിരിയിൽ
തിളങ്ങിത്തിളയ്ക്കുന്നു
ചതിയാലെനിക്കു
ചിതതീർക്കും പകക്കെണി
ചേച്ചിയുടെ നെഞ്ചിൽ
കരിഞ്ഞ സ്വപ്നകൈ-
നഖപ്പാടിനാൽ മുറി-
ഞ്ഞൂറിയ നിണക്കറ
എന്റെയുടലിനു മീതെ
കരിമ്പുക തുപ്പിയോടും
'ജയന്തിജനത' ചക്ര
ചുംബനം.

കെടാത്ത സൂര്യൻ
(ഒ എൻ വി സ്മരണ)

അക്ഷരത്തിന്നനന്തമാമാകാശ-
വക്ഷസ്സിൽ ഹൃദയതാളമായും
ചിത്തിരക്കിനാത്താരകത്തൂമയി-
ലിത്തിരി സ്നേഹവെട്ടമായും
ഏതടുപ്പുകല്ലിന്നുള്ളിലും ഒരേ-
തീയെരിക്കുന്ന സത്യമായും
സർഗ്ഗസാരസ്വതാർദ്രമാം വാഴ്‌വിന്റെ
സ്വർഗ്ഗപാദപ പുഷ്പമായും
അന്തിനേരത്തു പാഴ്ക്കുടിൽത്തിണ്ണയിൽ
ചന്തമേറ്റുമിടിഞ്ഞിലായും
വേച്ചുവീണുഴന്നീടുന്ന നിസ്വന്റെ-
വേർപ്പിലൂറുന്ന ഗന്ധമായും
നാട്ടുനന്മകൾ കാക്കുവാൻ വാക്കിന്റെ
ഗാട്ടുകാരനാം നാദമായും
ഉജ്ജ്വലോജ്ജ്വലമാം രണഭൂമിയി-
ലർജ്ജുനാസ്ത്രത്തിൻ വേഗമായും
അത്തലാലുള്ളുകത്തവേ നേർത്തതാം
ചിത്ത സംഗീതധാരയായും
മൃത്യുവിൻ കനൽക്കെട്ടിറുകുമ്പൊഴും
നിത്യകർമ്മ സൗഭാഗ്യമായും

മുന്നിലേക്കു കുതിക്കുമനശ്വര
പുണ്യ പിയൂഷഗാഥയായും
ആർത്തനാദം മുഴങ്ങുമിടങ്ങളിൽ
പൂത്തുനില്ക്കുന്ന നന്മയായും
എങ്ങു മർത്യനു സങ്കടമങ്ങൊക്കെ
അങ്ങുദിക്കുന്നു സൂര്യനായി.

ചന്ദ്രകാന്തം

ചന്ദ്രികയിൽ ചന്ദ്രകാന്തക്കല്ലലിയുമെന്ന്
ശ്രീകുമാരൻതമ്പിസാറ് പണ്ടെഴുതിത്തന്ന്
പൂനിലാവിലിന്നു ഞാനീയൂഴിയാകെ നോക്കി
കൂനിനിന്നു കൂനിനിന്നു നേരമൊട്ടു പോക്കി
ചന്ദ്രകാന്തക്കല്ലുകളെൻ നാട്ടിലെങ്ങുമില്ല
ഇന്ദ്രനീലക്കല്ലുപോലെ കണ്ടുകിട്ടാനില്ല
എങ്കിലുമെന്നുള്ളിലായൊരാശയം വിടർന്നൂ
എന്റെ ദുഃഖമൊക്കെ ചന്ദ്രകാന്തമെന്നു വന്നൂ
നിന്റെ പുഞ്ചിരിത്തെളിനിലാവു മെല്ലെയേല്ക്കേ
എന്റെ ഖേദ ചന്ദ്രകാന്തക്കല്ലലിഞ്ഞിടുന്നൂ
അങ്ങനെയെന്നുള്ളിനുള്ളിൽ വാക്കുപിറക്കുന്നു
അങ്ങനെ ഞാൻ കാവ്യകാരനെന്നറിഞ്ഞിടുന്നൂ
ചന്ദ്രകാന്തക്കല്ലുപോലെഴുന്നൊരെന്റെ ദുഃഖം
ചന്ദ്രരശ്മിക്കൊത്തനിൻ ചിരിയിലലിയുന്നു
(ചന്ദനക്കുറിയണിഞ്ഞു വന്നമേടരാവേ
നന്ദിചൊൽവതെങ്ങനെ ഞാൻ നിന്നൊടു കിടാവേ)
എന്നെ നീയെൻ സ്വന്തമായി ജീവനായിക്കണ്ടൂ
എന്നിലന്നു സാരസ്വതസിദ്ധി പൂത്തുലഞ്ഞു
ഇത്രയും കുറിച്ചുവയ്പ്പതിന്റെ ശേഷമെന്നിൽ
ചിത്രദീപലക്ഷമൊത്തു കൺതുറന്നു മുന്നിൽ
ജീവിതം അഴൽ നിറഞ്ഞു വിങ്ങിടുമ്പോഴും നീ

ഈ വിധമെനിക്കു തന്ന സ്നേഹമെന്റെ പുണ്യം
അത്തരത്തിലെത്രയുണ്ടു ചന്ദ്രകാന്തമേ നിൻ
ചിത്തതാരിലെന്നോടുള്ള സ്നേഹവായ്പു ചൊല്ലാൻ
നന്ദിയെന്നൊരൊറ്റ വാക്കു നിന്നൊടോതിയെന്നാൽ
നിന്ദ ചെയ്തപോലെയാകും നിന്നോ;ടതുവേണ്ട.

അനുബന്ധം

കവിതയിലെ വിത

ഡോ. എസ് ശ്രീദേവി

കവിതയിൽ ഒരു വിതയുണ്ടെന്ന് പരസ്പരധാരണയോടെ കാവാലം കാരിയായ എന്നോട് കാവാലംകാരനായ ഡോ. അയ്യപ്പപ്പണിക്കർ സാർ പറഞ്ഞത് നേരാണ്. അന്നു ഞാൻ സാറിനോടു പറഞ്ഞു, വിത കഴിഞ്ഞ് ഞാറുനടീലും കളപറിക്കലും വെള്ളം തേവലും വളമിടലും കൊയ്ത്തും മെതിയും കതിരും പതിരും തിരിക്കലും പൊലി അളക്കലും അറ നിറയ്ക്കലും പറ വയ്ക്കലും പൂമുഖത്ത് കതിർക്കുല തൂക്കലും അതുനോക്കി നില്ക്കലും ഉണ്ട് എന്ന്. സാർ സ്വതസിദ്ധമായ ഹാസ്യച്ചിരിയോടെ മൊഴിഞ്ഞു "അറവാതില്ക്കലാണ് പൂമുഖത്തല്ല കതിർക്കുല തൂക്കുന്നത്" ഞാൻ സമ്മതിച്ചു യാത്ര പറഞ്ഞു പിരിഞ്ഞു. സാഹിത്യത്തിലെ കർഷക സംസ്കാരത്തെപ്പറ്റി പറഞ്ഞത് സുമേഷ് കൃഷ്ണന്റെ കവിതാ സമാഹാരത്തിന്റെ പശ്ചാത്തലം ഗ്രാമീണമായതും കവികളായ കർഷകരുടെ നിരയിലേക്കു കൃഷ്ണനെ പതുക്കെ നീക്കിനിർത്താനുമാണ്. അയാൾ അവിടെ ഭദ്രമായി നില്ക്കും എന്ന ഉറപ്പോടെ.

നഗരത്തിലെ പ്രസിദ്ധമായ ഒരു കോളേജിൽ കവിതാലാപന മത്സരം നടക്കുമ്പോൾ സുമേഷ് മത്സരാർത്ഥിയും ഞാൻ വിധികർത്താക്കളിൽ ഒരാളുമായിരുന്നു. വിധിനിർണ്ണയത്തിന്റെ സാധുത വിശദീകരിച്ചത് തലമൂത്ത വ്യക്തി എന്ന നിലയിൽ ഞാനായിരുന്നു. അന്നുതൊട്ട് ഇന്നോളം കൃഷ്ണൻ എന്റെ സുഹൃത്തായി ഒപ്പമുണ്ട്. ജിയുടെ സൂര്യകാന്തി പലരും ചൊല്ലിക്കേട്ടതിൽ എനിക്ക് ഏറ്റവും ഹൃദ്യമായത് സുമേഷ് കൃഷ്ണന്റെ ചൊൽവടിവാണ്. അന്നത്തെ മത്സരത്തിൽ കൃഷ്ണന് ഒന്നാം സ്ഥാനം കിട്ടിയില്ല എന്നോർക്കുക.

കവിതാസ്വാദനത്തിന്റെ കാര്യത്തിൽ ഞങ്ങളും കണ്ണും കണ്ണും കാണുന്നവരാണ്. പല കവിതകളും ഞങ്ങൾ യുഗ്മഗാനങ്ങളായി ചൊല്ലാ

റുണ്ട്. ആസ്വാദനത്തിലും വിലയിരുത്തലിലും ഞങ്ങൾ സമാനഹൃദയ രാണെന്നു പോലും എനിക്കു തോന്നിയിട്ടുണ്ട്. നമ്മുടെ ഭാഷയുടെ സൗന്ദര്യം ഉൾക്കൊണ്ടു കവിതചൊല്ലുന്ന കൃഷ്ണനെ എനിക്കു പരിച യമുള്ള പല ട്രെയിനിങ് കോളേജുകളിലും ക്ലാസെടുക്കാൻ ഞാൻ ശുപാർശ ചെയ്തിട്ടുണ്ട്. എല്ലാവരും നല്ലതേ കൃഷ്ണനെപ്പറ്റി പറഞ്ഞി ട്ടുള്ളൂ. ഇത്രയും വ്യക്തിപരമായ കാര്യങ്ങൾ പറയുമ്പോൾ ഒരളവുവരെ കൃഷ്ണൻ എന്ന കവി എന്നെ, എന്റെ കാവ്യാസ്വാദനത്തെ സ്വാധീനിച്ചി ട്ടില്ലെ എന്നു സംശയിക്കണ്ട. ഉണ്ട്. ഒരു സൗഹൃദം ഞങ്ങൾക്കിടയിൽ ഉണ്ട്. അതു നല്ലതെന്നു ഞാൻ കാണുന്നു. എന്തെന്നാൽ "ഉപ്പ് പാക ത്തിന്" എന്ന ന്യായത്തിലെ എന്റെ ആസ്വാദനത്തിന്റെ രുചിയെ വ്യക്തി ഗതമായ അടുപ്പം സ്വാധീനിച്ചിട്ടുള്ളൂ എന്നറിയുക.

മുപ്പത് ഹ്രസ്വകവിതകൾ *ചന്ദ്രകാന്തം* എന്ന സമാഹാരത്തിൽ ഉണ്ട്. അവയെ പ്രമേയത്തിന്റെ അടിസ്ഥാനത്തിൽ ഞാൻ അഞ്ചു കളങ്ങളിൽ ഒതുക്കി. 1. സ്മരണയും ആരാധനയും (നീലിയോട്, മധുമധുരം, കാവ്യ സാരസ്വതം, കെടാത്തസൂര്യൻ), 2. കവിതയ്ക്ക് നിർവ്വചനം (ഒറ്റയ്ക്കു നടക്കുന്ന കവിത, കവിയുടെ തുറന്നു പറച്ചിൽ, അക്ഷരം, അക്ഷരാമൃതം, അമൃതവചനം), 3. ദർശനപുണ്യം (മാതൃദർശനം, ദിവ്യദർശനം, ക്രിസ്തു ദർശനം, ക്രിസ്തുനക്ഷത്രം, പിണക്കം, ഓർമ്മയുടെ ക്ലാസ്മുറി, നോട്ട പ്പിശക്, കഷ്ടജാതകം, കണ്ണീരാറ്, സ്നേഹസൗഭഗം, പ്രണയസംഗീത കം, ചന്ദ്രകാന്തം, എന്തു നല്കേണ്ടു ഞാൻ), 4. ഭാവിയോട് ഒരു തുറന്നു പറച്ചിൽ (ദുഃഖസംവത്സരം, ആണ്ടുപിറപ്പ്, രക്തസങ്കീർത്തനം, നഗരകാ മന, ഗൃഹസ്ഥം), 5. പലവക (പല കവിതകളും കളം മറികടന്ന് മറ്റു കള ങ്ങളിലേക്കു തള്ളി നില്ക്കുന്നവ. എല്ലാ കവിതകളിലും സമാന സ്വഭാവ ങ്ങൾ എവിടെയെങ്കിലും ധ്വനിക്കുന്നുണ്ട്.

സുമേഷ് കൃഷ്ണൻ ആരാധിക്കുന്ന പൂർവ്വസൂരികൾ എനിക്കും ആരാ ധ്യരാണ്. ഒ എൻ വി സാറിനെ എനിക്കു "സൂര്യനു മുകളിൽ" നിർത്താൻ കഴിഞ്ഞപ്പോൾ സുമേഷ് 'കെടാത്ത സൂര്യൻ' എന്നു സാറിനെ വിശേഷി പ്പിച്ചത് വളരെ പത്ഥ്യമായിത്തോന്നി. മധുമധുരവും നീലിയോടും കാവ്യ സാരസ്വതവും (പുതുശ്ശേരിയുടെ നാട്ടുകാരിയും പുത്രീ സമാനയുമായ സരസ്വതി എന്റെയും ശിഷ്യ, സ്നേഹിത) എനിക്കും പ്രിയമുള്ളവയാണ്.

ഏഴാച്ചേരി രാമചന്ദ്രൻ പിറകേ വന്നൊരിളം നാമ്പുകളെ മുറുകെപ്പു ണർന്നും അറിവിൻ നെയ്ത്തിരി ഓരോ കരളിലും കൊളുത്തുന്ന ദാക്ഷിണ്യവും ആ കവിയെ പുതിയ വെളിച്ചത്തിൽ എനിക്കു കാട്ടിത്ത ന്നു. കവിയുടെ വീട്ടുപേര് 'മനസ്സ്' എന്റെ മനസ്സുണർത്തി. "തെക്കൻ കാറ്റു മുടുത്തു, വരുന്നൊരു കരിനീലിപ്പെണ്ണേ 'തിക്കും പൊക്കും' നോക്കണ്ടാ കിട്ടൂലാ പെരുമാളേ" എന്ന ഈരടി എന്റെ ചുണ്ടിൽ ഒരു ചിരി വിരി യിച്ചു.

വള്ളികുന്നത്തിൻ ചേറിൽക്കുരുത്ത സരസ്വതിയും പുതുശ്ശേരി സാറും കണ്ടുപിരിയുമ്പോൾ വാക്കിനു വിലപിടിപ്പേറുന്ന ഒരു സന്ദർഭവും ആർദ്ര

വാത്സല്യത്തിന്റെ അനുഭൂതിപുണ്യത്തിന് സുമേഷ് സാക്ഷിയായതും ഹൃദയസ്പർശിയായ ഒരനുഭവമായി എനിക്കും. ഗുരുവിൽ പിതൃഭക്തി നിഴലിക്കുന്ന പുണ്യം ഇക്കാലത്ത് വിരളമായ ഒരനുഭൂതിയാണല്ലോ!

കവി മധുസൂദനൻ നായർക്ക് ആദരം അർപ്പിച്ചുകൊണ്ട് സംഘടിപ്പിച്ച കവി സമ്മേളനത്തിൽ അവതരിപ്പിച്ച മധുമധുരം അതിമധുരമായ് മാറി - നെയ്യാറിൻ തീരത്ത് അക്ഷരാത്മിക കൊളുത്തിയ നെയ്ത്തിരി നാളം അക്ഷര രുദ്രാക്ഷങ്ങൾ കോർത്ത ജപമാലയേന്തിയ കവി, ചിന്മയ സംസ്കാരത്തിൻ ധ്യാനസൂനങ്ങൾ വിടർത്തിയ കവി, ഭാഷാ പിതാവിൻ കാല്ക്കൽ കുഞ്ഞുപൊൻകിനാക്കളെ അക്ഷരമെഴുതിച്ച കവി, അഗസ്ത്യ ഹൃദയത്തിന്റെ തുടിതാളം മുഴക്കിയ കവി, നാറാണത്തു ഭ്രാന്തന്റെ തത്ത്വം മലയാളിയെ ബോധിപ്പിച്ച കവി, മധുസൂദനൻ നായർ ആയിരം സംവത്സരം നാദവർഷം പെയ്യട്ടേ എന്ന് ആശംസിക്കുന്നു സുമേഷ് കൃഷ്ണൻ. 'തഥാസ്തു' എന്ന് ഞാനും പറയുന്നു.

ഒ എൻ വി കുറുപ്പു സാറിനെക്കുറിച്ചുള്ള സ്മരണ എഴുതും മുമ്പേ കൃഷ്ണന് ആദ്യത്തെ ഒ എൻ വി യുവ പുരസ്കാരം കിട്ടിയിരുന്നു. സാറിനു വളരെ പ്രിയങ്കരങ്ങളായ മൺചിരാതുകളെ ഇടിഞ്ഞിലായും നന്മകളായും അനശ്വര പുണ്യ പീയൂഷഗാഥയായും, നാട്ടുനന്മകൾ കാക്കുന്ന വാക്കിന്റെ ഗാട്ടുകാരനായവന്റെ നാദമായും, രണഭൂമിയിൽ ഉണർന്നു അർജ്ജുനന്റെ അസ്ത്രവേഗമായും ഇത്തിരി സ്നേഹവെട്ടമായും എങ്ങു മർത്യനു സങ്കടം അങ്ങൊക്കെ ഉദിക്കുന്ന സൂര്യനായും കെടാത്തസൂര്യനായും ഒ എൻ വി സാർ ഉദിച്ചേ നില്ക്കുന്നു. കാഴ്ചയും ഉൾക്കാഴ്ചയും സമന്വയിക്കുമ്പോൾ ഉണ്ടാകുന്ന ദർശനം ഈ കൊച്ചുപ്രായത്തിൽത്തന്നെ സുമേഷിനെ ആവേശിച്ചിരിക്കുന്നത് എന്നെ വിസ്മയിപ്പിക്കുന്നു.

തലമൂത്ത സമകാലികർ പാടിപ്പോയ വഴികളിലൂടെ തന്റേതായ ഇടങ്ങൾ ഇടവഴികൾ വരഞ്ഞെടുത്ത് സ്വന്തമായ അലങ്കാരങ്ങളും താളലയങ്ങളും ഒപ്പിച്ച് ഈ കൊച്ചു സമകാലികൻ ഭദ്രമായി നടന്നുപോകുമ്പോൾ യാത്രാമംഗളം ആശംസിക്കുന്ന അമ്മ മനസ്സാണ് എന്റേത്. ഒരേ ആശയം കാലാനുവർത്തിയായും കാലാതിവർത്തിയായും ഒഴുകുമ്പോൾ ആ പുഴയുടെ തീരത്തു വെറുതേ ഇരിക്കുവാൻ ഞാൻ മോഹിക്കുന്നു. സുഖമുള്ള അനുഭവമാണത്.

ആസ്വാദനത്തിൽ സുമേഷ് കൃഷ്ണനുമൊത്തുള്ള ഒരു "അന്യോന്യം" എന്റെ സ്വീകരണമുറിക്കു ചിരപരിചിതം. വാതില്ക്കൽ ശങ്കിച്ചുനില്ക്കാതെ സ്വാതന്ത്ര്യത്തോടെ അകത്തേക്കുവരുന്ന കൃഷ്ണൻ എന്റെ ഉത്തമ സുഹൃത്താണ്. ഇടശ്ശേരി പാടിയപോലെ എന്തുനേടി എന്നറിയാത്ത തലമുറയോട് എന്തു നഷ്ടപ്പെട്ടു, നഷ്ടപ്പെട്ടുകൊണ്ടിരിക്കുന്നു എന്നു വ്യസനസമേതം വിളിച്ചുപറയുന്ന കവികളുടെ അണിയിൽ ഒരിടത്ത് എവിടെയോ സുമേഷ് കൃഷ്ണൻ ഉണ്ടെന്ന് എനിക്കുറപ്പാണ്.

അക്ഷരം, അക്ഷരാമൃതം, അമൃതവചനം, ഇവ 'വെറുതേ വെള്ളത്താളിൽ വിടർന്ന പുഷ്പ'ങ്ങളുടെ പൊരുൾ തിരിച്ചറിഞ്ഞ ആവേഗത്തിൽ

എഴുതിപ്പോയവയാണ്. അക്ഷരാത്മികയെ സ്വന്തം ഹൃദ്പദ്മപരാഗമായ് തത്ത്വമസിപ്പൊരുളായി ഒ എൻ വി സാർ കണ്ടറിഞ്ഞത് സുമേഷ് തിരിച്ചറിയുന്നത് സ്വന്തം കവിതാമനോഹരിയിലൂടെയാണ്. അവളുടെ ചെയ്തികളിലൂടെയാണ്. കാവ്യദേവതയുടെ ഒളിച്ചുകളി കവിയെ ഭ്രമിപ്പിക്കുമ്പോഴും വിത്തിന്റെ കുഞ്ഞിക്കണ്ണിലൂടെ ഒരു വൃക്ഷചിത്തത്തെ (വൃക്ഷത്തെയല്ല വൃക്ഷചിത്തത്തെ - ഇത് ഒരപൂർവ്വ ഭാവന തന്നെ) ചിദാകാശസത്യമായ് കാട്ടിത്തന്ന ദയാവായ്പ് സർഗ്ഗാത്മകസിദ്ധി ശക്തികൾ കവിയുടെ പ്രാണനിൽ പാകിക്കൊടുത്തതും കരയും പ്രാണന്റെ കണ്ണീരൊപ്പിത്തലോടുന്നതും കവിതയുടെ കരം തന്നെ എന്നു തിരിച്ചറിയുന്നു. അക്ഷരം ആകാശത്തിൻ നെറ്റിയിൽ നക്ഷത്രം പോൽ, ആറ്റൊഴുക്കുപോൽ, ഈറൻ ചേറ്റിലെത്തണുപ്പുപോൽ കനവിൻ കനിയിൽ നിന്നൂറുന്ന ഇനിപ്പുപോൽ, അറിവിൻ വാർനെറ്റിയിൽ തെളിയും തിലകംപോൽ, നേരിന്റെ നാളംപോലെ വിടരും പൂവിനുള്ളിലെ സുഗന്ധം പോൽ, ചെറുപുഞ്ചിരിയിൽ നിന്നുതിരും പ്രകാശംപോൽ (പ്രകാശം പരത്തുന്നതിനു മുമ്പ് പ്രകാശം ഉതിരുമല്ലോ!) എന്നെല്ലാം കവി എഴുതുമ്പോൾ അനുഭവജ്ഞാനത്തിന്റെ സത്യവാങ്മൂലങ്ങളാണവ എന്നു ഞാൻ കരുതുന്നു. വാരിധി തന്നിൽ തിരമാലകളെന്നപോലെ പദങ്ങൾ വരുന്ന വരവ് ആഘോഷിക്കാനാണ് വിസ്തരിച്ചു പറഞ്ഞത്.

പുതിയ ലോകത്തിനു ചിരപരിചിതമായ ബിംബങ്ങളെക്കൊണ്ടും അക്ഷരപരിചയം നടത്തുന്നതു കാണാതെ പോകരുത്. അടഞ്ഞ ഹൃദയങ്ങളെ തുറക്കുവാനുള്ള തിളക്കമേറുന്ന താക്കോലാണ് അക്ഷരം. എരിയുന്ന ദുരിതങ്ങളിലേക്കു പെയ്തിറങ്ങുന്ന, ഇടതടവില്ലാതെ പെയ്തിറങ്ങുന്ന മഴയാണ്, കണ്ണീരിന്റെ ഇടവപ്പാതി മഴയാണ്, ഒഴുകിപ്പരക്കുന്ന രക്തനദിയാണ് ജീവിതത്തിന്റെ പാറക്കെട്ടിൽവീണ് പൊട്ടിച്ചിതറുന്ന നക്ഷത്രമാണ് - എന്നെല്ലാം കൃഷ്ണൻ കണ്ടെത്തിയത് പാഠപുസ്തകകമ്മിറ്റിക്കാർ കാണുകയും മലയാള പാഠാവലികളിൽ വെളിച്ചം കാണുകയും ചെയ്തിരുന്നെങ്കിൽ എന്നു വെറുതേ ഞാൻ മോഹിക്കുന്നു.

ദർശനങ്ങൾ എല്ലാംതന്നെ മാതൃദർശനങ്ങളാണ്. ഏതു ദേശത്തിലായാലും ഏതു രൂപത്തിലായാലും പെറ്റമ്മയേകിടും സ്നേഹവാത്സല്യമോർക്കവേ അഗർത്തലയിലെ കാളിമാതാവും കവിയുടെ ഗ്രാമദേവതയും (മാളോട്ടാളുമമ്മ) ഒന്നുതന്നെ എന്നു തിരിച്ചറിയുന്നു. അകതാരിലെ അമ്പലത്തിലല്ലേ ദേവത വസിക്കുന്നത്.

ശൈശവകേളികളാടുന്ന കൊച്ചുമോളെ കാണുമ്പോൾ അമ്മുമ്മയ്ക്കുള്ളിൽ പൊയ്പ്പോയ ബാല്യത്തിന്റെ തിരിച്ചുവരവാണ്. ബാലാമണി അമ്മയുടെ മുത്തശ്ശി ഓർമ്മയിൽ വന്നു. ഒറ്റയ്ക്കിരുന്നു വിശ്വം ചമയ്ക്കുന്ന അന്തരാത്മാവിന്റെ ലീലാവിലാസങ്ങൾ പൂർവ്വസൂരികൾ പണ്ടേ കണ്ടിട്ടുണ്ട്. പാവക്കുട്ടിയെ താരാട്ടുപാടി ഉറക്കുന്നതും ശിരസ്സാട്ടും നാനാചെടികളെ ചേടിയായ് നിന്നു നനയ്ക്കുകയും ചെയ്യുന്ന സീതക്കുട്ടി കിളിക്കൊഞ്ചലിൽ ഉണ്ട്. എനിക്കിഷ്ടമുള്ള ഒരു തമിഴ്ക്കവിത ഞാൻ ഓർത്തു മൂളുന്നു

- അല്ലിത്തണ്ടുക്കാൽ എടുത്തു അടിമേൽ അടി എടുത്ത്/ചിന്നക്കണ്ണൻ നടക്കയിലെ ചിത്തിരകൾ എന്ന സെയ്യും/പൂപോലെ സിരിക്കും പൊൻമേനി സിവക്കും/പൊല്ലാത കവിതകൾ സൊല്ലും അവൻ പൊല്ലാത കവിതകൾ സൊല്ലും/മുത്തുനവരത്തിനങ്കളെയ് അവൻ മോഹന പുന്ന കൈവെല്ലും - ശരിതന്നെ അവൾ/അവൻ/നടക്കുന്ന പൂഴി കോരിത്തരിക്കും.

ദുഃഖ സംവത്സരവും ആണ്ടുപിറപ്പും ഓണക്കണ്ണീരും ചന്ദ്രകാന്തവും ആവർത്തന വിരസമല്ലാതെ കവി ജന്മ പുണ്യത്തെക്കുറിച്ചും സാരസ്വത സിദ്ധി സ്വായത്തമായതിലെ നന്ദിയെക്കുറിച്ചും പറയുന്നു. ശോകത്തെ ശ്ലോകത്താൽ അലിയിക്കുന്ന ചന്ദ്രകാന്തക്കല്ല് കവിഭാവന തന്നെയാണ്. ക്രിസ്തു നക്ഷത്രവും ക്രിസ്തു ദർശനവും ഒന്നാംതരം കല്പനകളും ചമത്ക്കാരവും തിങ്ങിനിറഞ്ഞവയാണ്.

ഡിസംബർ മാസം വന്നു നില്ക്കുന്ന നില്പു കാണൂ. മഞ്ഞുതുള്ളികൾ കോർത്ത കൊന്തയുമണിഞ്ഞെന്റെ മുന്നിൽ വന്നിതാ നില്പൂ ഡിസംബർ കന്യാസ്ത്രീ പോൽ, വിസ്തൃതാകാശത്തിന്റെ മാർത്തടത്തിലായതാ നക്ഷത്രമാല്യം വെള്ളിക്കൊന്തപോൽ ശോഭിക്കുന്നു. യേശുവിൻ തൂമന്ദഹാസംപോലെ വാനിൽനിന്നു പൂനിലാപ്പാലീ മണ്ണിലിറ്റിറ്റു പതിക്കുന്നു - തുടങ്ങിയ കല്പനകൾ അചുംബിതങ്ങളായിത്തോന്നി. പറുദീസ, ജ്ഞാനസ്നാനം, വെള്ളം വീഞ്ഞാകുന്നത്, അൾത്താര, ഗിരിപ്രഭാഷണം (മലതൻ മുകളിൽ നിൻ വാക്കുകൾ നൃത്തം വയ്ച്ചൂ) സാഗരം സുശാന്തമായ്, ഒലിവില വിരൽ, വെൺപ്രാവുകൾ മുതലായവ ബൈബിൾ പ്രതീകങ്ങൾ എത്ര കൃത്യമായി കൃഷ്ണൻ ലയിപ്പിച്ചിരിക്കുന്നു.

“ചന്ദനക്കുറിയണിഞ്ഞുവന്ന മേടരാവേ
നന്ദി ചൊൽവതെങ്ങനെ ഞാൻ നിന്നൊടു കിടാവേ”

എന്നുതന്നെ ഞാൻ സുമേഷ് കൃഷ്ണനോടു ചോദിക്കുന്നു. ഉത്തരം വേണ്ടാത്ത, ഉത്തരം അടങ്ങിയിരിക്കുന്ന നാടകീയ ചോദ്യം.

ചന്ദ്രകാന്തത്തിന്റെ ആസ്വാദനം എഴുതിത്തരാൻ എന്നോടാവശ്യപ്പെട്ടതിൽ എനിക്കു സന്തോഷമുണ്ട്. നാം സുഹൃത്തുക്കളാണല്ലോ. എഴുതി എഴുതി തെളിയുക. നല്ലതു വരട്ടെ.

9 789389 410129

Printed by Libri Plureos GmbH in Hamburg,
Germany